गुदगुल्या

(चिं. वि. जोशी यांच्या निवडक विनोदी कथांचा संग्रह)

संपादक

वि. स. खांडेकर

D9900571

मेहता पब्लिशिंग हाऊस

- *या पुस्तकातील लेखकाची मते, घटना, वर्णने ही त्या लेखकाची असून त्याच्याशी प्रकाशक सहमत असतीलच असे नाही.*

GUDGULYA by C. V. JOSHI

गुदगुल्या / कथासंग्रह

संपादक : वि. स. खांडेकर

© सुरक्षित

मराठी पुस्तक प्रकाशनाचे हक्क मेहता पब्लिशिंग हाऊस, पुणे.

प्रकाशक : सुनील अनिल मेहता, मेहता पब्लिशिंग हाऊस,
१९४१, सदाशिव पेठ, माडीवाले कॉलनी, पुणे - ४११०३०.

मुखपृष्ठ : चंद्रमोहन कुलकर्णी

प्रकाशनकाल : १९४८ / १९५२ / १९५६ / ऑक्टोबर, १९९६ / जानेवारी, २००५
मे, २०१४ / पुनर्मुद्रण : ऑक्टोबर, २०१७

P Book ISBN 9788177665239

E Book ISBN 9789386454096

E Books available on : play.google.com/store/books
m.dailyhunt.in/Ebooks/marathi
www.amazon.in

प्रास्ताविक

चिंतामण विनायक जोशी या नावाशी माझा प्रथम परिचय झाला, तो गडकऱ्यांच्या घरी! गडकरी मोठे संभाषणचतुर आणि गोष्टीवेल्हाळ होते. त्यांच्या गप्पागोष्टी एकदा सुरू झाल्या, म्हणजे त्यात कोणता विषय येईल आणि कोणता येणार नाही, याचा नेम नसे. या झाडावरून त्या झाडावर पटापट उड्या मारीत जाणाऱ्या वानराप्रमाणे त्यांची वाणी भराभर विषयांतर करी. ते एकदा बोलू लागले आणि बोलता-बोलता कोट्या करू लागले, म्हणजे उंच वृक्षावरून चपळपणाने फिरणाऱ्या आणि नाक मुरडून ऐटीने मागे पाहणाऱ्या खारीची आठवण होई. राजकारणापासून वाङ्मयापर्यंत, मोठ्या लेखकांच्या जिव्हाळ्याच्या आठवणींपासून त्यांच्या वाङ्मयावरल्या मर्मभेदक टीकेपर्यंत, सर्व गोष्टींचा परामर्श ते एका बैठकीत घेत असत. नृत्य, नाट्य, संगीत, इत्यादिकांचा संमिश्र असा कार्यक्रम करण्याची एक पद्धत सध्या रूढ झाली आहे ना? त्याचीच उपमा त्यांच्या त्या बोलण्याला शोभून दिसेल. तीन-तीन, चार-चार तास रंगलेल्या त्यांच्या सहवासातल्या बैठकी अजूनही मला आठवतात. त्यांच्या मार्मिक स्वैरालापांचे आणि तरल कल्पकतेचे अद्यापि मला मोठे सादर कौतुक वाटते.

त्यावेळच्या 'मासिक मनोरंजन' या अत्यंत लोकप्रिय मराठी मासिकाशी गडकऱ्यांचा निकटचा संबंध होता. 'मनोरंजन'करिता लेखांची निवड करण्याचे काम काही दिवस ते करीत असत. ही निवड करीत असताना एकदा 'श्रीमंतांची डायरी' हा किंवा जवळजवळ अशाच मथळ्याचा एक लेख त्यांना फार आवडला. लगेच त्याच्यावर त्यांचे भाष्य सुरू झाले. त्यांच्या शिफारशीमुळे त्यावेळी मी तो दोन-तीन वेळा मोठ्या आवडीने वाचला. आता त्या लेखातल्या सर्व गमती काही मला आठवत नाहीत. पण त्या लेखात मोठा मार्मिक सामाजिक उपरोध होता, हे मात्र मी अजून विसरलो नाही.

कोणत्याही प्रकारचे श्रम न करता ज्यांना सुखाने जगायला मिळते, अशी श्रीमंत माणसे सकाळी उठल्यापासून रात्री झोपेपर्यंत वेळ कसा घालवावा, या विवंचनेत कशी असतात आणि लहानसहान गोष्टींचे अवडंबर माजवून, आपण फार मोठे काम करीत आहो, आयुष्याचा सद्व्यय करीत आहो, अशी ते स्वत:ची फसवणूक कशी

करून घेतात, हे त्या लेखात मोठ्या मार्मिकतेने दिग्दर्शित केले होते. अजूनही मराठी वाङ्मयात कल्पक, मार्मिक, अभिजात व सामाजिक अशी चौरस विनोददृष्टी असलेल्या लेखकांचे दुर्भिक्षच आहे. त्या काळी तर सामान्य विनोदी लेखनसुद्धा आजच्यापेक्षा दुर्मीळ होते. त्यामुळे गडकरी त्या श्रीमंतांच्या डायरीवर अगदी बेहद्द खूश होऊन बोलू लागले.

बोलता-बोलता मराठीतल्या विनोदाविषयी व विनोदी लेखकांविषयी गप्पा सुरू झाल्या. एखाद्या गहन शोध लावणाऱ्या शास्त्रज्ञासारखा गंभीर चेहरा करून गडकरी मधेच म्हणाले,

"मराठीत आणखी एक मोठा विनोदी लेखक उदय पावला आहे, पण तुम्हाला त्याचे नावसुद्धा ठाऊक नाही!"

आम्ही मोठ्या आश्चर्याने त्यांच्याकडे पाहू लागलो. आपल्यासारख्या झाडून सारी मासिके नियमाने वाचणाऱ्या वाचकालासुद्धा ज्याचा पत्ता लागलेला नाही, असा हा गुप्त श्रेष्ठ लेखक कोण असावा, या विवंचनेत मी पडलो.

गडकऱ्यांनी आमची उत्सुकता थोडीशी अधिक वाढवून शेवटी 'चिंतामण विनायक जोशी' या नावाचा जेव्हा उच्चार केला, तेव्हा मला मुकाट्याने त्यांच्यापाशी माझे अज्ञान कबूल करावे लागले. हे नाव तोपर्यंत (१९१४-१५) मी कुठेच वाचले नव्हते. लगेच गडकऱ्यांनी चिंतामण विनायक जोशी यांच्या एका लेखाची स्तुती सुरू केली. त्या लेखाचे नाव 'टीकाकार व न्हावी' असे होते. तो दोन-तीन वर्षांपूर्वी फर्ग्युसन कॉलेजच्या त्रैमासिकात आला आहे, अशी माहितीही त्यांनी मला पुरविली.

त्यावेळी प्रयत्न करूनही मला चिंतामणरावांचा तो लेख पैदा करता आला नाही. त्यांच्या कुठल्याही लेखसंग्रहात अद्यापि तो छापलेला नाही. मात्र त्या लेखाच्या मथळ्यावरून चिंतामणराव फार मोठे विनोदी लेखक असले पाहिजेत, अशी माझी खात्री होऊन चुकली असल्यामुळे त्यांनी त्याची मांडणी कशी केली असावी, याविषयी मी मनातल्या मनात अनेक कल्पना करून पाहिल्या. नापित वर्गात डोळ्यांतून अश्रुधारा वाहायला लावणाऱ्या कारागिरापासून झोपमोड न होऊ देता दाढी करणाऱ्या कलावंतापर्यंत सर्व प्रकारचे लोक असतात. टीकाकारांचीही लेखकाने अशीच काहीतरी वर्गवारी केली असावी, असे माझ्या मनात येऊन गेले. 'भाषा व इतिहास' या कोल्हटकरांच्या लेखाप्रमाणे या लेखातही न्हावी उपयोगात आणीत असलेल्या निरनिराळ्या वस्तूंवर लेखकाने कोणकोणत्या मजेदार कोट्या केल्या असतील, याविषयी कल्पना करण्यात माझे मन दंग होऊन गेले. पण तो लेख प्रत्यक्ष वाचायला न मिळाल्यामुळे माझ्या मनाचा हा चाळा लवकरच थांबला; मात्र चिंतामण विनायक जोशी हे नाव माझ्या स्मृतिपटलावर कायमचे कोरले गेले.

पुढे चार-पाच वर्षांनी त्यावेळी 'मनोरंजना'इतक्याच लोकप्रिय असलेल्या 'नवयुगा'त

या नावाखाली गोष्टी प्रसिद्ध होऊ लागल्या. मी मोठ्या उत्सुकतेने त्या वाचीत असे, पण त्या वाचून माझी एक प्रकारची निराशा होई. 'संशयाचे जाळे व इतर गोष्टी' या कथासंग्रहात चिंतामणरावांनी त्यापैकी काही गोष्टी समाविष्ट केल्या आहेत. माझ्या निराशेचे कारण ते पुस्तक ज्यांनी वाचले आहे, त्यांच्या सहज लक्षात येईल. त्या सर्व गोष्टी वाचनीय होत्या; पण त्या गंभीर होत्या. 'टीकाकार आणि न्हावी' या मथळ्याचा लेख लिहिणाराने त्या लिहिल्या आहेत, हे काही केल्या मला खरेच वाटत नसे.

गडकरी त्याच सुमारास निधन पावले होते. त्यांची विनोदाची गादी आता पुढे कोण चालवणार? हा प्रश्न वाचक या नात्याने राहून राहून माझ्या मनात येई. गडकऱ्यांचे अंध अनुकरण करणारे आणि शुष्क शाब्दिक कोट्यांनी किंवा हास्यापद अतिशयोक्तीने विनोद निर्माण करू पाहणारे अनेक तरुण लेखक त्यावेळी आपल्या लेखण्या परजीत पुढे सरसावले होते. पण त्यांच्यापैकी कुणाच्याही लिहिण्याने माझे सहसा समाधान होत नसे. आपला रंग कोकिळेसारखा आहे, म्हणून कावळ्याने आंब्याच्या झाडावर बसून तिच्या कुहुकुहूचे कितीही कोमल कंठाने अनुकरण केले तरी ऐकणाऱ्याच्या कानाला ती कर्कश कावकावच वाटते. तसेच थोडेसे हा हौशी, पण विनोददृष्टी नसलेल्या गडकऱ्यांच्या अंध अनुयायांचे होत होते. अशावेळी मला गडकऱ्यांच्या तोंडून ऐकलेले चिंतामणरावांचे नाव हटकून आठवे. पण ते तर लोकांना हसविण्याऐवजी रडविण्याच्या उद्योगात मग्न असलेले दिसत होते. कॅ. लिमयांच्या खेरीज त्यावेळी विनोदाचे प्रवर्तक श्रीपाद कृष्ण कोल्हटकर सुदैवाने विद्यमान होते, पण प्रकृतीच्या पंगुत्वामुळे व वयोमानाने प्रतिभेला लागणाऱ्या ओहोटीमुळे वर्षाकाठी एखादाच विनोदी लेख त्यांच्या लेखणीतून बाहेर पडे. अत्रे पदवीधर होऊन लेखनक्षेत्रात पदार्पण करण्याच्या विचारात होते. पण त्यावेळी ते फक्त केशवकुमार होते; आचार्य अत्रे झाले नव्हते. तेव्हा त्यांच्या वाङ्मयवाटिकेत 'झेंडूची फुले'सुद्धा फुलली नव्हती. अशा स्थितीत चार-पाच वर्षे गेली. 'रत्नाकर' व 'यशवंत' ही मासिके मोठ्या जोमाने सुरू झाली. या मासिकांबरोबरच मराठी वाङ्मयातल्या सर्व ललित क्षेत्रांत एका नव्या पिढीचा उदय झाला, असे स्थूलमानाने म्हणायला हरकत नाही. कोल्हटकर आणि खाडिलकर, परांजपे व केळकर, केशवसुत आणि बालकवी, हरिभाऊ आपटे व गडकरी यांनी गाजविलेला मराठी ललित वाङ्मयाचा खंड १९२०च्या आसपास समाप्त झाला. पुढली पाच वर्षे संक्रमणकाळाची होती. १९२५च्या मानाने त्याचा दुसरा खंड सुरू झाला. कादंबरीत हरिभाऊंची जागा फडक्यांनी घेतली. विठ्ठल सीताराम गुर्जर व कृष्णाजी केशव गोखले यांच्या पद्धतीच्या गोष्टी मागे पडून दिवाकर कृष्ण, फडके, खांडेकर, य. गो. जोशी प्रभृतींच्या निराळ्या पद्धतीच्या लघुकथा दिसू लागल्या. बालकवी व गोविंदाग्रज

यांच्या गीतांनी रुणझुणत राहिलेल्या काव्यक्षेत्रात 'यशवंत', 'माधव ज्यूलियन' व 'गिरीश' यांच्या कवितांचे नव्या प्रकारचे झंकार ऐकू येऊ लागले. निबंधांतसुद्धा टिळक-आगरकर आणि परांजपे-केळकर यांच्या निबंधांहून सर्वस्वी भिन्न अशा प्रकारच्या लेखनाला गुजगोष्टी या नावाने फडक्यांनी सुरुवात केली. 'संन्याशाचा संसार', 'सत्तेचे गुलाम', 'तुरुंगाच्या दारात', इत्यादी नाटकांच्या द्वारे नवे विषय व नवे तंत्र हाताळून वरेरकर नाट्यक्षेत्रात विशेष तेजाने चमकू लागले ते या वेळेलाच. विनोदाच्या क्षेत्रातही अशी पिढी बदलल्याची प्रत्यंतरे ठळकपणाने दिसू लागली. या नव्या विनोदाचे पुरस्कर्ते चिंतामणराव जोशी हेच होते. या काळपर्यंत विनोदी लेखाचे स्वरूप निबंधासारखे होते. चिंतामणरावांनी त्याला गोष्टीचे वळण लावले. 'विमा एजंटास चकविणे', 'लग्नसराई', 'यू. किडवे, आय.सी.एस.', 'रावसाहेब चिमणराव, स्टेट गेस्ट', इत्यादी प्रकरणे वाचताना वाचकांची हसून हसून मुरकुंडी वळू लागली. चिंतामणराव हा हा म्हणता लोकप्रिय झाले. चिमणराव व गुंड्याभाऊ या त्यांच्या दोन मानसपुत्रांच्या विविध लीला पाहून 'पांडुतात्या व बंडूनाना' आणि 'बाळकराम व तिंबूनाना' या गाजलेल्या जोड्यांची परंपरा चालविणारी दुक्कल मराठी वाङ्मयात निर्माण झाली, अशी रसिक वाचकांची खात्री होऊन चुकली.

* * *

गेली दोन तपे चिंतामणराव जोशी विनोदी लेखक या नात्याने अव्याहत मराठी वाङ्मयाची सेवा करीत आहेत. त्यांच्या प्रतिभेने लाखो वाचकांना हसविले आहे, आपल्या दु:खाची शल्ये बोथट करून घेण्याच्या कामी त्यांना साहाय्य केले आहे, एकीकडे गुदगुल्या करीत दुसरीकडे त्यांना आपल्या लहानमोठ्या विसंगतींची जाणीव करून दिली आहे. व्यक्तिजीवनातल्या आणि समाजजीवनातल्या अनेक नव्या-जुन्या विसंवादी गोष्टींवर त्यांनी प्रकाश टाकला आहे. त्यांच्याइतके विपुल विनोदी लेखन जसे दुसऱ्या कोणत्याही मराठी लेखकाने केलेले नाही, तसेच त्यांच्या विनोदातली विविधता, सरसता व वास्तवता हे गुण इतरांच्या लेखनात तितक्या प्रमाणात आढळत नाहीत. 'चिमणरावांचे चऱ्हाट' व 'आणखी चिमणराव' ही त्यांची दोन पुस्तके 'सुदाम्याचे पोहे' आणि 'रिकामपणची कामगिरी' यांच्याप्रमाणेच मराठी वाङ्मयाची भूषण ठरतील. 'एरंडाचे गुऱ्हाळ', 'वायफळाचा मळा', 'लंकावैभव', 'गुंड्याभाऊ', इत्यादी पुस्तकांवरूनही त्यांच्या बाह्यत: साध्या दिसणाऱ्या, पण अंतर्यामी अत्यंत मार्मिक असलेल्या विनोद-दृष्टीचा संचार किती अप्रतिहत आहे, हे दिसून येईल. त्यांच्या विनोदी कथांवर आधारलेले 'सत्याचे प्रयोग', 'लग्न पाहावं करून' व 'सरकारी पाहुणे' असे तीन बोलपट आतापर्यंत निघाले असून, 'दुसरी बायको' हा आणखी एक बोलपट लवकरच तयार होणार आहे.

या दोन तपांत मराठी वाङ्मयात विनोदाची वाढ बरीच झाली. शनिवार-रविवारी प्रसिद्ध होणाऱ्या साप्ताहिकांना आठवडाभर कचेरीत काम करून कंटाळलेल्या वाचकांच्या करमणुकीकरता निरनिराळ्या तऱ्हेचा मजेदार मालमसाला सादर करावा लागतो. वर्तमानपत्रांच्या या वाढत्या गरजेमुळे विनोदाचे अंग असलेल्या अनेक लेखकांना या काळात मोठे अनुकूल क्षेत्र मिळाले. रांगणेकर, दत्तू बांदेकर, प्र. श्री. कोल्हटकर वगैरे चालू विषयांवर चुरचुरीत लेखन करणारे लेखक पुढे आले व लोकांच्या डोळ्यांत भरले, ते या वैशिष्ट्यामुळेच! याच काळात विनोद हे सामाजिक टीकेचे एक प्रभावी हत्यार आहे, या जाणिवेने 'किर्लोस्कर' मासिकातून ताम्हनकरांनी आपला मानसपुत्र दाजी याला पुढे करून अनेक हास्यास्पद गोष्टींचा यथाशक्ती समाचार घेतला. या सर्वांच्या जोडीने श्यामराव ओक व वि.मा.दी. पटवर्धन यांनीही या कालखंडात बरेच विनोदी लेखन केले, पण या सर्वांपेक्षा चिंतामणरावांशी लोकप्रियतेच्या व विनोदगुणांच्या बाबतीत ज्याची तुलना होऊ शकेल, असा एकच साहित्यिक या दोन तपांत निर्माण झाला. अत्रे हेच ते लेखक होत.

अत्र्यांच्या विनोदाचा आविष्कार मुख्यत: नाटकांतून व चित्रपटांतून झाला आहे. त्यामुळे त्यांच्या विनोदाला फार मोठा उठाव मिळाला, यात शंका नाही. मात्र लोकप्रियतेला सहज आवाहन करू शकणारी रंगभूमी किंवा चित्रभूमी त्यांना सुसाध्य झाली नसती, तरीही १९२०-१९४५ या कालखंडातले चिंतामणरावांच्या जोडीचे मोठे विनोदी लेखक म्हणून त्यांनी आपले नाव गाजविले असते, यात शंका नाही. त्यांची विनोददृष्टी (sense of humour) स्वभावत:च तीक्ष्ण आहे. तरल कल्पकतेचे देणेही त्यांना सुदैवाने लाभले आहे. तारुण्याच्या उंबरठ्यावर असताना गडकऱ्यांच्या सहवासाचा जो परिणाम त्यांच्यावर झाला, तो अजूनही कायम आहे. सामाजिक घडामोडी व उलाढाली यांच्यापासून अलिप्त राहणारा लेखक सुंदर काव्य लिहू शकेल, पण त्याला मार्मिक विनोदी लेखन करता येईलच, असे नाही. काव्य हे जीवनातले सौंदर्य शोधते. विनोद वैगुण्ये हुडकून काढीत असतो. काव्य हे जीवनावरले भाष्य मानले तर विनोद ही त्याच्यावरली चुरचुरीत दोषदिग्दर्शक टीका आहे. त्यामुळे वर्तमानकाळाशी, त्यातल्या हास्यास्पद गोष्टींशी आणि विविध विसंवादांशी लेखकाची चांगली जानपहचान असल्याशिवाय त्याला विनोदाची - विडंबनात्मक विनोदाची - खुलावट साधत नाही. अत्र्यांची विशेषत: मनोवृत्ती जीवनाच्या अशा परिचयाला अनुकूल असल्यामुळे प्रसाद व कल्पकता हे अभिजात वाङ्मयगुण जसे त्यांच्या विनोदात आढळतात, तसे प्रचलित विसंगतींचे विडंबन आणि दैनंदिन सामाजिक व्यवहारातल्या वैगुण्यांचे दिग्दर्शन यांनाही त्यात भरपूर अवसर मिळतो. मात्र त्यांचे हे वैशिष्ट्य लक्षात घेऊनही विनोदात ते कोल्हटकर व गडकरी यांच्या परंपरेचेच पुरस्कर्ते आहेत,

असे दिसून येईल. चिंतामणरावांच्या बाबतीत मात्र तसे म्हणता येणार नाही. त्यांचा पंथ स्वतंत्र आहे. विनोदाचे आद्य आचार्य या दृष्टीने ते कोल्हटकरांना गुरुस्थानी मानीत असले तरी त्यांच्या विनोदलेखनात कोल्हटकरांचे अथवा गडकऱ्यांचे अनुकरण मुळीच नाही. संस्कृत वाङ्मयातून परंपरेने आलेल्या तुटपुंज्या विनोदाला इंग्रजी वाङ्मयाच्या द्वारे परिचित झालेल्या नव्या विनोदाची जोड देऊन आपल्या प्रतिभेने कोल्हटकरांनी अस्सल मराठी घाटाचा व थाटाचा विनोद निर्माण केला. प्रतिभेच्या विलासाला काव्याइतकेच विनोद हेही अनुकूल क्षेत्र आहे, हे प्रथम त्यांनी सिद्ध केले. कोल्हटकरांनी निर्माण केलेली ही विनोदाची प्रथा चिंतामणराव जोश्यांनी अधिक व्यापक व जीवनदर्शी केली. कोल्हटकर आणि गडकरी यांच्यावर मोलियर, मार्क ट्वेन, जेरोम के. जेरोम, वगैरे विनोदी लेखकांची छाप होती. चिंतामणरावांचे वुडहाउस व लीकॉक यांच्याशी अधिक साम्य आहे.

* * *

चिंतामणरावांच्या विनोदक्षेत्रातल्या कामगिरीची कल्पना येण्याकरिता आपला पूर्वीचा विनोद कसा होता, हे ओझरते पाहिले पाहिजे. संस्कृताकडून काव्य, कथा व तत्त्वज्ञान यांचा वारसा मराठीकडे सरळ आला. ज्ञानेश्वरापासून श्रीधरापर्यंत आणि वामन पंडितासारख्या वेदांती कवीपासून होनाजी-बाळासारख्या लावणीकारापर्यंत विविध प्रकृतींच्या आणि प्रतिभांच्या लेखकांनी या तिन्ही क्षेत्रांत संचार करून त्यांचे वैभव वृद्धिंगत केले. पण संस्कृत वाङ्मयामध्ये जो काही थोडा-फार विनोद होता त्याची परंपरा प्राचीन मराठी वाङ्मयात दृग्गोचर होत नाही. संस्कृत साहित्य विनोदसंपन्न आहे असे नव्हे पण भारतीयांच्या वैभवाच्या व पराक्रमाच्या काळात ते निर्माण झाल्यामुळे आणि विनोदाला स्वभावत:च अधिक अवसर देणाऱ्या नाटकासारख्या वाङ्मयप्रकाराचा संस्कृतमध्ये चांगला विकास झाला असल्यामुळे तिथे, विनोदाचे उत्कृष्ट नसले तरी विविध स्वरूप आपल्या दृष्टीला पडते. प्राचीन मराठी वाङ्मयात मात्र त्याचे पुसटसुद्धा प्रतिबिंब पडू शकले नाही. भागवत धर्माचा पुरस्कार, स्वराज्याची स्थापना, त्याचे संरक्षण, असल्या मोठाल्या उलाढाली समाजात घडत असल्यामुळे विनोदाच्या परिपोषाला अनुकूल अशी परिस्थिती त्यावेळी नव्हती, हे तर खरेच; पण त्या काळातल्या मराठी मनाच्या जीवनविषयक कल्पना आणि मराठी समाजाची एकंदर जडणघडण या गोष्टीही विनोदाच्या आविष्काराला प्रतिकूलच होत्या. प्राचीन मराठी कवींपैकी कुणी उपमा अथवा दृष्टान्त देताना विनोदबुद्धी दाखविली असेल, तुकारामासारख्या संतकवीने सामाजिक ढोंगासोंगांनी संतप्त होऊन क्वचित उपहासाचे उद्‌गार काढले असतील, श्रीधरासारख्या भक्ती, वीर आणि करुण यात रंगून जाणाऱ्या कथाकाराने लेखणीला विरंगुळा

देण्याकरिता कार्तिकेय व गजानन या दोन भावांचे भांडण लावून ते एकमेकांच्या कुरूपपणाची थट्टा करतात, असे एखाद्या वेळी वर्णन केले असेल; पण विनोद हा जीवनातला आणि म्हणूनच साहित्यातला एक प्रधान रस आहे, या दृष्टीने त्याचा आश्रय पूर्वीच्या काळी कुणीही केला नाही. लावण्या आणि पोवाडे हे जे प्राचीन मराठीतले खरेखुरे लोकवाङ्मय, त्यातसुद्धा शृंगार व वीर आणि क्वचित करुण व भक्ती या रसांचाच उठाव आपल्याला आढळतो. पुराणे व कीर्तने ही त्यावेळच्या सर्वसामान्य जनतेच्या करमणुकीची प्रमुख साधने होती. पण जुन्या हरिदासाच्या परंपरागत आख्यायिका आपण ऐकल्या तर कीर्तनाला रंजकता आणण्याकरिता संस्कृतातले सुभाषितरत्नभांडार लुटून श्लेष, अर्थचमत्कृती, अतिशयोक्ती, वगैरेंचा उपयोग करण्यापलीकडे यांची मजल कधीही गेली नाही, असेच दिसून येईल. मराठी बोलू लागलेले महाराष्ट्राचे मन प्रथम मुख्यत: परमार्थात रमले. पुढे राजकारणाकडे वळून एका दृष्टीने ते ऐहिक झाले हे खरे, पण वाङ्मयात ते कळत न कळत पारमार्थिकच राहिले. शिवाय काळ बदलला आणि परिस्थिती पालटली तरी समाजाची जुनी चौकट जशीच्या तशी कायम होती. त्या पोलादी चौकटीत विनोदाला महत्त्वाचे स्थान मिळणे शक्यच नव्हते.

संस्कृत वाङ्मयातही हास्यरसाचा विशेष उत्कर्ष न होण्याची कारणे सामान्यत: हीच आहेत. उच्च विनोद हे सुधारणेचे, समाजाची विवेकबुद्धी जागृत होऊ लागल्याचे, किंबहुना समतेची कल्पना समाजात प्रसृत होत असल्याचे एक मोठे लक्षण आहे, असे म्हटले तर फारशी चूक होणार नाही. अंधश्रद्धा- मग ती धर्मावरली असो अथवा अन्य गोष्टींवरली असो-विनोदाला मारक ठरते. कोल्हटकर पेशवाईत जन्माला आले असते तर 'गणेशचतुर्थी' हा विनोदी लेख लिहिण्याऐवजी त्यांनी बहुधा भक्तिभावाने एखादे गणपतिस्तोत्र रचले असते आणि असला विनोदी लेख लिहिण्याची बुद्धी त्यांना चुकून झालीच असती तर त्याबद्दल त्यांना हत्तीच्या पायी देण्याची शिक्षा त्यावेळच्या न्यायदेवतेने सुनावली असती! ऐहिक जीवन हेच मनुष्याचे खरेखुरे महत्त्वाचे जीवन आहे, असे ज्यांना वाटते त्यांचेच मन विनोदात रमू शकते. 'टवाळा आवडे विनोद' असे रामदासांनी म्हटले याचे कारण हेच आहे. या जगातले आयुष्य म्हणजे धर्मशाळेतली दोन दिवसांची वस्ती आहे. एक दिन जाना रे भाई, खरे सुख या जगात नसून, मेल्यानंतर स्वर्गात आपल्याला जी राखीव जागा मिळणार आहे, तिच्या मोठेपणावर अवलंबून आहे, या किंवा अशा प्रकारच्या समजुती ज्या समाजात प्रचलित असतात तेथे विनोदबुद्धी खुरटावी, यात नवल कसले! जन्मभर पापे करून मरता-मरता मुलाला हाक मारण्याच्या निमित्ताने तोंडातून 'नारायण' हा शब्द उच्चारला गेला तरी मनुष्याला स्वर्ग मिळू शकतो, ही कथा वास्तविक

विनोदाचा विषय व्हायला हवी, पण पूर्वकाळी ती भक्तीचे माहात्म्य दर्शविणारी कथा ठरली! विवेकाकडे पाठ फिरवलेल्या, बुद्धिवादाशी दूरचेही नाते नसलेल्या, शास्त्रीय दृष्टीने जीवनाकडे न पाहणाऱ्या आणि अनुभवाच्या निकषावर आपले जीवन घासून पाहायला कचरणाऱ्या समाजात विनोदाची बीजे फारशी अंकुरित होत नाहीत. ब्राह्मण हा जन्मत:च पूज्य! त्यामुळे त्याचे दोष दाखविणे अथवा त्याची थट्टा करणे हे पाप! राजा हा क्षात्रधर्माचा प्रतिनिधी, विष्णूचा मूर्तिमंत अवतार! शिवाय सारी सत्ता त्याच्या हाती! त्याच्याच आश्रयावर कवींनी जगायचे! अशा स्थितीत त्याने एक सोडून शंभर बायका केल्या आणि अंत:पुरातली केशाकेशी सोडवताना त्याच्या नाकी नऊ आले तरी या शंभर बायकांच्या दादल्याचे वास्तव वर्णन एखाद्या नाटकात किंवा कथेत करण्याची छाती त्या काळातल्या लेखकाला होणे शक्य नव्हते. या सामाजिक परिस्थितीप्रमाणे संस्कृत साहित्यशास्त्रातले नियमही विनोदाच्या परिपोषाला प्रतिकूलच होते.

यामुळे कालिदासासारख्या लोकोत्तर प्रतिभेच्या नाटककाराने आपल्या प्रत्येक नाटकात विदूषकासारख्या कायम ठशाच्या पात्राचा आश्रय करून विनोदनिर्मितीचा मामुली प्रयत्न केला आहे. भवभूति स्वभावत:च कालिदासापेक्षा अधिक गंभीर! त्याच्या 'उत्तररामचरिता'चा विषयही भव्य व करुण, पण या करुण-गंभीर नाटकातही वाल्मीकीच्या आश्रमातल्या दोन बटूंचा जो संवाद आहे, त्यात कुणीतरी बड्या पाहुण्याने पाहुणचारादाखल आश्रमातली कालवड फस्त केल्याचा (मडमडायिता) उल्लेख आहे. या साध्याभोळ्या लहान बटूच्या या उद्‌गाराकडे सूक्ष्मतेने पाहिले तर त्यात तत्कालीन ब्राह्मणजीवनातल्या एका विसंगतीचे दिग्दर्शन आहे, असे दिसून येईल. बाणाच्या कादंबरीत कल्पकतेचे अनेक सुंदर नमुने आहेत. श्लेष हा तर त्याच्या तळहाताचा मळ होता, पण दोन निरनिराळ्या अर्थांमुळे श्लेष विनोदनिर्मितीला उपकारक होत असूनही कादंबरीत बाणाची ही शक्ती प्रकर्षाने कुठेच प्रकट झाली नाही. उभ्या संस्कृत वाङ्मयात विनोदाचे सुरस आणि स्वच्छंद दर्शन कुठे होत असेल तर ते मृच्छकटिक नाटकात. शकारासारखा महामूर्ख राजशालक आपण केवळ राजाचे मेहुणे आहोत, या कल्पनेने जी बालिश बडबड करतो तिचे तर आपल्याला हसू येतेच! पण केवळ मानीव मोठेपणाच्या बळावर एखादा मूर्ख मनुष्य सज्जनाचा किती छळ करू शकतो, हेही त्या स्वभावरेखेतून सूचित झाल्यामुळे सामाजिक टीका या दृष्टीनेही ती सफल झाली आहे. 'मृच्छकटिक' नाटक राज्यक्रांतीच्या पार्श्वभूमीवर आधारले आहे. समाजजीवनातल्या निरनिराळ्या थरांतल्या व्यक्तींचे त्यात प्रामाणिक चित्रण आहे. म्हणूनच शूद्रकाला इतर कुणाही संस्कृत कवीला न साधलेला विनोद या नाटकात निर्माण करता आला. सुस्थिर समाजात सहसा न आढळणाऱ्या दोन गोष्टी क्रांतिकाळात दिसू लागतात. त्या म्हणजे आपण अंधपणाने जे पूज्य मानीत आलो आहो, ते खरोखर तसे आहे की नाही, हे पाहण्याची शक्ती

आणि सामान्य मनुष्य, त्याच्या आशा-आकांक्षा, त्याचे अनुभव आणि त्याची सुखदु:खे यांच्याविषयीची भक्ती.

* * *

इंग्रजी अमलाबरोबर आपल्याकडे दोन भिन्न संस्कृतींचा संघर्ष सुरू झाला. या संघर्षामुळे या दोन्ही गोष्टींची बीजे महाराष्ट्रात वेगाने अंकुरली. विनोदाला अनुकूल अशा या नव्या सामाजिक परिस्थितीत श्रीपाद कृष्ण कोल्हटकरांसारख्या प्रतिभावंताचा इंग्रजीच्या द्वारे जगातल्या विनोदी वाङ्मयाशी परिचय झाला आणि त्या परिचयातून मराठीतला हास्यरस जन्माला आला. कोल्हटकर व गडकरी या गुरुशिष्यांनी आणि कोल्हटकरांपासून स्फूर्ती मिळालेल्या 'नाटक्याचे तारे' हे पुस्तक लिहिणाऱ्या पटवर्धनांसारख्या लेखकांनी १९०० ते १९२० या काळात नाटके व विनोदी लेख यांच्याद्वारे या रसाला जसे स्वतंत्र स्थान निर्माण करून दिले, तसा तो लोकप्रियही करून सोडला. कोल्हटकरांपेक्षा गडकऱ्यांची नाटके रंगभूमीवर फार गाजली. अद्यापिही ती अत्यंत लोकप्रिय आहेत. त्यामुळे त्यांचे या क्षेत्रातले कर्तृत्व सर्वांच्या परिचयाचे आहे. कोल्हटकरांच्या विनोदी प्रतिभेची परिपूर्ण कल्पना त्यांच्या नाटकांपेक्षाही 'सुदाम्याचे पोहे' हे पुस्तक वाचणारालाच येऊ शकेल. या गुरुशिष्याच्या प्रतिभांची तुलना हा एका स्वतंत्र निबंधाचा विषय आहे, पण त्या दोघांच्या व्यक्तित्वांचा पिंड एकाच प्रकारचा आहे. दोघांच्याही विनोदात बुद्धिचापल्य, कोटिबाजपणा, अतिशयोक्ती आणि कल्पनेची तरलता व विविधता यांना फार मोठे स्थान आहे. त्यांच्या विनोदात सामाजिक टीका खूप आहे, पण तिचे विषय मर्यादित आहेत. चिंतामणरावांची विनोदनिर्मितीची पद्धती बरीचशी भिन्न आहे. कल्पकता हा कोल्हटकर-गडकऱ्यांच्या विनोदाचा आत्मा आहे; उलट वास्तवता हे चिंतामणरावांच्या विनोदाचे अधिष्ठान आहे. सुंदर शाब्दिक कोट्या किंवा एकाहून एक चढ अशा हास्योत्पादक कल्पना, यांची आतषबाजी कोल्हटकर-गडकऱ्यांप्रमाणे त्यांच्या लेखनात आढळणार नाही, पण त्यांचे आपल्या समाजाचे आणि मानवी स्वभावाचे निरीक्षण अतिशय सूक्ष्म आहे. कोल्हटकर व गडकरी हे दोघेही आपल्या काळात सामाजिक सुधारणांचा हिरिरीने पुरस्कार करणारे असल्यामुळे सनातनी समाज व त्या समाजातल्या अनेक वेडगळ चालीरीती हेच प्रामुख्याने त्यांच्या शरसंधानाचे विषय झाले. प्रत्येक विनोदी लेखक स्वभावत: सत्यप्रिय व म्हणूनच हाडाचा सुधारक असतो. चिंतामणरावही तसेच आहेत, पण त्यांची सुधारणेची दृष्टी विशिष्ट गोष्टींनी मर्यादित केलेली नाही. जुन्या ढोंगांप्रमाणे नव्या सोंगांचाही त्यांना तिटकारा आहे. नव्या-जुन्याचा झगडा केवळ जीवनाच्या धार्मिक व सामाजिक क्षेत्रांतच चालत नाही; तो आर्थिक,

कौटुंबिक, शैक्षणिक, इत्यादी क्षेत्रांतही सतत सुरू असतो, याची त्यांना पूर्ण जाणीव आहे. कित्येकदा नवे, केवळ नवे म्हणून लोकांना हवेहवेसे वाटते, पण समाजातील सारी ढोंगेसोंगे दर पिढीला बाह्य रूपे बदलून वावरत असतात, हे सहसा सामान्य माणसांच्या लक्षात येत नाही. चिंतामणरावांना मात्र जीवनातल्या या कटू सत्याचा कधीच विसर पडत नाही. जुन्या वैद्यराजांच्या ऐवजी समाजात एम.डी. किंवा एफ.आर.सी.एस. डॉक्टर दिसू लागले तरी 'वैद्यराज नमस्तुभ्यं यमराजसहोदर। यमस्तु हरति प्राणान् वैद्यो प्राणान् धनानि च।।' हा श्लोक काही अजून जुना झाला नाही, हे त्यांच्या चटकन लक्षात येते व ते 'गुंड्याभाऊंचे दुखणे' विनोदाच्या वेशीवर टांगतात. 'आणखी चिमणराव' या त्यांच्या सर्वांत सरस अशा पुस्तकात एकंदर बारा लेख आहेत. त्या बारा लेखांत त्यांनी किती निरनिराळ्या सामाजिक वैगुण्यांचा सारख्याच कुशलतेने समाचार घेतला आहे, हे पाहिले म्हणजे आश्चर्य वाटल्यावाचून राहत नाही. कुटुंबाला आवश्यक अशी नोकरमाणसे हल्ली दुर्मीळ होऊ लागली आहेत आणि जी मिळतात ती किती उर्मटपणाने वागतात व शेवटी अडला हरि, गाढवाचे पाय धरी म्हणून घरमालकावर त्या नोकरांना शरण जाण्याची पाळी कशी येते, याचे जितके वास्तव, तितकेच खुसखुशीत वर्णन 'घरगुती नोकरांचा प्रश्न' या प्रस्तुत पुस्तकातल्या पहिल्या लेखात त्यांनी केले आहे. या लेखातला परटाविषयीचा चिमणरावाचा अनुभव लेखकाच्या विनोदातली प्रसन्नता, खोचकपणा आणि व्यावहारिकपणा या सर्वांचा दर्शक असल्यामुळे तो तेथे देतो :

'पूर्वी दोन पैशांत जो कपडा स्वच्छ धुतला जाई, त्याची मच्छरदाणी बनविण्यात परीट लोक हल्ली दोन आणे घेऊ लागले आहेत. न्हाव्यांच्या सलूनप्रमाणेच या त्यांच्या बंधूंनी वॉशिंग कंपन्या काढल्या आहेत. कपडे फाटल्यास किंवा हरवल्यास आम्ही जबाबदार नाही, पावती हरवल्यास कपडे परत मिळणार नाहीत, इत्यादी अटी या कंपन्या गिऱ्हाइकास घालतात. मी एकदा पाच कपडे एका कंपनीस धुण्यास दिले होते. कंपनीने ते हरवले आणि कपडे हरवल्यास कंपनी जबाबदार नाही, या गोष्टीकडे बोट दाखवून मालकाने मला गप्प बसविले. मी हात हलवीत परत फिरणार, तोच परीटदादा म्हणाले,

"रावसाहेब, धुणावळीचे दहा आणे देऊन टाका आमचे."

मी रागावून म्हटले,

"कपडे घालवून टाकलेत आणि पैसे कशाचे मागता?"

तो शांतपणे म्हणाला,

"धुलाईचे! अगोदर कपडे धुतले अन् मग ते हरवले. एखादा रोगी डॉक्टरचा

दवा घेताना जर मेला तर डॉक्टर आपल्या दव्याचे आणि मेहनतीचे पैसे सोडतात का? मग आम्हीच पाप काय केलंय?''

या लेखाकडून 'मुलांची जिज्ञासा' या लेखाकडे वळावे. सध्याच्या बालशिक्षणातल्या नव्या गोंधळावर त्यात मोठा मजेदार प्रकाश टाकलेला दिसून येईल. लहान मुले जे प्रश्न विचारतील त्यांची सरळ आणि स्पष्ट उत्तरे देऊन त्यांचे समाधान करावे, असे नवीन शिक्षणशास्त्रातले तत्त्व आहे. या तत्त्वाला त्यांनी अस्थानी चिकटून राहण्याचा प्रयत्न केल्यामुळे बिचाऱ्या चिमणरावावर काय काय प्रसंग गुदरतात, याचे वर्णन लेखकाने या लेखात केले आहे. चिमणराव आपल्या प्रत्येक मुलाच्या प्रत्येक शंकेचे उत्तर देण्याचा यथाशक्ती प्रयत्न करतो, पण बालमन मोठे विचित्र असते. एका शंकेचे समाधान झाले, की त्याला नव्या नव्या हजार शंका येऊ लागतात. चौखूर उधळलेल्या वासरासारखी त्याची स्थिती होते. अशा चार वासरांना सांभाळताना चिमणरावांची कशी तिरपीट उडते ते पाहण्याजोगे आहे. तो म्हणतो :

मोरूने आणखी एक प्रश्न ठोकला :

''अप्पा, 'बाळ' म्हणजे 'हून मोठा' असा अर्थ होतो का हो?''

''तो कसा काय, बुवा?'' मी विचारले.

''बालगंधर्व याचा अर्थ गंधर्वाहून श्रेष्ठ असा होतो, असं प्रोफेसर घैसासमामा म्हणत होते. ते म्हणाले, गंगाधरपंत टिळकांहून बाळ गंगाधर श्रेष्ठ झाले. तसेच, विश्वनाथ भटापेक्षा बाळाजी विश्वनाथ मोठे झाले. वनस्पतींत देखील हिरड्यापेक्षा बाळहिरडा जास्त कडक असतो म्हणून 'बाळ' म्हणजे 'हून मोठ्ठा' असा अर्थ नाही का हो झाला?'' मोरूने विचारले.

''झाला बरं. काय म्हणशील ते सगळं कबूल आहे. पण आता झोप घेऊ द्या जरा मला. उद्या ऑफिस आहे. चला निघा येथून!'' असे जरा दरडावून मुलांना घालवून दिले आणि पुन्हा झोप घेऊ लागलो.

इतक्यात माझ्या छातीवर जड दगड पडला आहे, असे वाटू लागून तो काढण्याचा मी प्रयत्न करू लागलो, पण तो हलेना! डोळे उघडून पाहिले तर किंचित उजाडले होते व छोटी साळू माझ्या छातीवर बसलेली होती. मी जागा झालेला पाहून तिने माझ्यापुढे मिटलेली मूठ करून ती म्हणाली,

''अप्पा, मी तुला अकला पेपलमिठं देऊ?''

मी होय म्हणताच मुठीतल्या दोन पेपरमिटाच्या वड्या एकावर एक (एकाखाली एक चालेल) याप्रमाणे ठेवून ती मला म्हणाली,

''या बघ, अकला वल्या झाल्या.''

''अगं, या तर दोनच दिसत आहेत?'' मी म्हणालो.

''वा ऽ ऽ! एकावल एक अकला नाही का होत?'' साळूने विचारले.

तेरा

शंकांची साथ आमच्या घरात तीन वर्षांच्या अर्भकापर्यंत पोहोचलेली पाहून माझ्या छातीत धस्स झाले. रात्रभर मोडलेल्या झोपेमुळे मी इतका संतापलो होतो, की हे प्रश्न विचारण्याचे व शंकासमाधानाचे खूळ ताबडतोब गाडून टाकण्याचा माझा निश्चय झाला. मुलांचे देव्हारे माजविणारे आणि पालकांना व शिक्षकांना अडगळीच्या खोलीत टाकणारे बालमानसशास्त्र निर्माण करणारा उपद्व्यापी मनुष्य निपुत्रिक असला पाहिजे, असे माझे ठाम मत आहे. दिवसभर देवाच्या मूर्तीप्रमाणे झोप घेत पडलेली, दुपट्यात गुंडाळलेली, तेल माखलेली, तुळतुळीत, गुबगुबीत, गोजिरवाणी बालके पाहून 'धन्यास्ते असे तसे' असे उद्‌गार कालिदासाने काढिले. मुले आणि फुले यांची तुलना टिळक कवींनी जेव्हा केली, तेव्हा देवदत्तरावांचा जन्म झाला नसला पाहिजे. ही दिवसा काव्यमय, देवलोकांहून पाहुणी आलेली सुंदर कारटी रात्रभर जागरण करून व ट्याहां ट्याहां करून कोकलून घरातल्या सगळ्या माणसांना कसा हरिगजर करावयास लावितात, ते या कविवर्यांनी ऐकले असते तर मुलांचे गोडवे यांनी कधीही गायिले नसते. मुलांचा स्वभाव कसा विपरीत, करनखऱ्या आणि अस्सल असतो, ते पाहावयाचे असल्यास त्यांना चुकवून नाटक-सिनेमाला जाण्याचा बेत करा; रात्री दहा वाजेपर्यंत त्यांच्या डोळ्याला डोळा लागणार नाही! उलट, प्रवास करताना त्यांना घटकाभर जागत राहण्यास सांगा; दगडासारखे जड आणि निश्चल झालेले त्यांचे पुतळे खांद्यावरून वाहून घरी नेण्याचा प्रसंग तुमच्यावर आल्याखेरीज राहणार नाही.

कोल्हटकर-गडकऱ्यांपेक्षा चिंतामणरावांचे विनोदविषय किती विविध आणि व्यावहारिक आहेत, हे 'माझा सेकंड क्लासचा प्रवास', 'आयुष्मान् भव', 'मुशियन वाङ्मयाचा परिचय', 'गुंड्याभाऊचे दुखणे', 'चिमणरावाचे वक्तृत्व' एवढे पाच लेख वाचले तरी कळून येईल. हिंदू समाजातल्या पांढरपेशा वर्गात मुलींचे लग्न हा जागतिक शांतीपेक्षाही अद्यापि मोठा बिकट प्रश्न आहे. या विषयावर 'माझ्या भीष्मप्रतिज्ञेचा विजय' व 'लग्नसमारंभ' हे कोल्हटकरांचे दोन लेख आहेत. गडकऱ्यांच्या 'रिकामपणाच्या कामगिरी'तला मुख्य उद्योग ठकीचे लग्न जुळविणे हाच आहे. चिंतामणरावांनी याच विषयावर 'लग्नसराई', 'यू. किडवे, आय.सी.एस.', 'वरसंशोधन', 'अखेर लग्न जमले' आणि 'बोळवण' अशा पाच लेखांची एक माला गुंफली आहे. तुलनात्मक दृष्टीने हे सर्व लेख वाचले म्हणजे मराठीतल्या या तीन प्रमुख विनोदपंडितांच्या प्रतिभेच्या प्रकृतिधर्मावर आणि कलागुणांवर पूर्ण प्रकाश पडतो. कोल्हटकर-गडकऱ्यांच्या विनोदांत बुद्धिविलासाचा, कल्पनाचातुर्याचा आणि शैलीच्या शृंगारामुळे येणाऱ्या आकर्षकतेचा भाग अधिक आहे. पण त्यांचे विनोदविषय चिंतामणरावांच्या मानाने मर्यादित आहेत, त्यांच्या विनोदात रंजकता भरपूर असली तरी तो अंत:करणापेक्षा बुद्धीलाच अधिक भुरळ घालतो. वास्तवतेपेक्षा कल्पनेला हे दोघेही अनेकदा अधिक

महत्त्व देतात. चिंतामणरावांचे तसे नाही. सर्वसामान्य माणसाच्या दैनंदिन जीवनात आढळणाऱ्या लहानसहान विसंगतींवरच ते आपल्या विनोदाची उभारणी करतात. त्यांच्या भाषेत घरगुतीपणाही अधिक आहे. विनोदाच्या बाह्य शृंगारात ते विशेष कुशल नसले तरी त्याच्या आत्म्याच्या विकासाकडे त्यांचे नेहमीच अवधान असते. त्यामुळे त्यांच्या लेखात मार्मिकपणाबरोबरच समतोलपणाही आढळतो. श्रेष्ठ विनोदी लेखकाला आवश्यक असलेली सहृदयता त्यांच्या ठिकाणी नेहमी जागृत असलेली दिसते. वाचकाला गुदगुल्या करण्याकरता ते पात्रांच्या मूर्खपणाला चिमटे घेत असले, तरी त्या चिमट्यांचे स्वरूप बहुधा तीव्र असत नाही. त्यांच्या लेखात मार्मिकपणा असूनही मर्मभेदकपणा येत नाही, याचे कारण हेच आहे. प्रसंगनिष्ठ व स्वभावनिष्ठ विनोदाचे विविध नमुने त्यांच्या विनोदी वाङ्मयात सर्वत्र विखुरले आहेत. खाणावळीपासून राजवाड्यापर्यंत आणि गडीमाणसापासून जाड्या पंडितापर्यंत सर्वत्र त्यांच्या विनोदबुद्धीचा संचार आहे. निरनिराळ्या पेशांच्या व स्वभावधर्माच्या माणसांत आढळून येणारी वैगुण्ये त्यांनी मोठ्या सूक्ष्मतेने चित्रित केली आहेत. 'रावसाहेब चिमणराव, स्टेट गेस्ट' या लेखात संस्थानी पाहुणचाराचे त्यांनी जे तपशीलवार वर्णन केले आहे ते मोठे नमुनेदार आहे. या लेखातल्या संस्थानिकांच्या एकाच जेवणघरात एकावेळी चार पंक्ती बसतात. चातुर्वर्ण्याचे राजवाड्यात पडलेले प्रतिबिंब असते ते! या प्रत्येक पंक्तीत ताटवाट्यांपासून अन्नापर्यंत हरतऱ्हेचा भेदभाव पाळला जातो. त्या भेदांचे वर्णन चिंतामणरावांनी असे केले आहे :

'आईसाहेबांनी सोन्याच्या झारीतून पहिल्या वर्गास तूप वाढले. मग आचाऱ्याने ती झारी त्यांच्याजवळून घेऊन चांदीची झारी त्यांच्याजवळ दिली. तिच्यातून दुसऱ्या वर्गास तूप वाढले. नंतर त्याच झारीतून तिसऱ्या वर्गास वाढून त्या परतल्या. चौथ्या वर्गास आचाऱ्याने पितळेच्या झारीतून तूप वाढले. भाज्याही पहिल्या दोन वर्गांस निराळ्या व शेवटच्या दोहोंस निराळ्या होत्या. पहिल्या दोन वर्गांस श्रीखंडपुरी, तिसऱ्यास शिरापुरी व चौथ्यास पांढरी पोळी!'

या भेदभावावर खोचदार टीका करणारा एक छोटा प्रसंग त्यांनी पुढे लगेच रंगविला आहे. खालच्या वर्गातली सारीच माणसे काही खाली मान घालून पानात पडेल ते मुकाट्याने खाणारी नसतात. वरच्या वर्गाच्या पानाकडे पाहून त्यांच्या जिभेला पाणी सुटत असतेच. आपल्याला हवे ते मिळविण्याकरिता त्यातला एखादा वस्ताद मनुष्य काहीतरी युक्ती शोधून काढतो. चिंतामणरावांनी ही कामगिरी एका हरिदासाकडे सोपविली आहे. कीर्तनात श्रोत्यांची करमणूक करण्याकरिता तोंडेसे अधिक-उणे बोलण्याची अशा लोकांना सवय झालेली असते. त्यामुळे या हरिदासाला

श्रीमंतांचे तितकेसे भय वाटत नाही. हे हरिदासबुवा तिसऱ्या वर्गाच्या मठ्ठ्याचा भुरका घेऊन ओरडतात,

"ओहो! काय मठ्ठा छान झाला आहे! श्रीमंतांनी चाखून पाहण्यालायक आहे. ए गोविंद, श्रीमंतांना वाढ तेवढा! श्रीमंत, ते काही नाही... आजचा मठ्ठा अगदी अप्रतिम आहे. पाहाच तोंडी लज्जत."

या आग्रहापुढे श्रीमंतांचा निरुपाय होतो. नाखुशीने का होईना त्यांना थर्ड क्लास ताकाचा एक भुरका मारून पाहावाच लागतो. लगेच त्यांचा चेहरा त्या ताकाइतकाच आंबट होतो.

हरिदासबुवांना दुसऱ्या वर्गाचा मठ्ठा वाढला जावा, अशी तत्काळ राजाज्ञा होते.

'आमची स्वकार्यतत्परता' हा चिंतामणरावांचा लेख मुळीच गाजलेला नाही. पण त्यांच्या विनोददृष्टीच्या सूक्ष्मतेप्रमाणे त्यांच्या सामाजिक मनाची मार्मिकताही त्यात फार चांगल्या रीतीने प्रतिबिंबित झाली आहे. समाजातील शहाणीसुरती माणसे आपापले कार्यक्षेत्र निश्चित करून घेऊन त्यात निष्ठेने काम करीत राहतील तर जगातली अनेक दु:खे कमी होतील. पण पुष्कळ बुद्धिवान माणसे आपले कार्यक्षेत्र सोडून इतर क्षेत्रांत लुडबुड करतात व आपण ही फार मोठी समाजसेवा करीत आहो, असे मानतात. 'स्वधर्मे निधनं श्रेय: परधर्मो भयावह:' या गीतेतल्या एका चरणात मानवी जीवन सफल करण्याचा सरळ मार्ग सूचित करण्यात आला आहे. पण तो या लोकांना काही केल्या पटत नाही. सुताराने न्हावी व्हावे किंवा चांभाराने टोप्यांचा कारखाना काढावा, तसे त्यांचे बौद्धिक धंदे सुरू असतात. त्यामुळे व्यक्तिश: त्यांच्या गुणांचा विकास होत नाही आणि अंती समाजाचाही काही फायदा होत नाही. चिंतामणरावांनी हे सर्व मोठ्या गमतीदार रीतीने वर्णन केले आहे. या लेखातले सुप्रसिद्ध डॉक्टर आपल्या धंद्यातल्या नव्या नव्या शोधात गुंग होण्याऐवजी जुन्या धर्मग्रंथांचे संशोधन करण्याचा उपद्‌व्याप करीत असतात! एक रोगी अत्यवस्थ असल्याचा निरोप घेऊन आलेल्या मनुष्यावर कावून ते म्हणतात,

"काय बुवा, हे लोक भलत्या वेळी येऊन त्रास देतात! मी शास्त्रीबुवांबरोबर औपाहनविधीची चर्चा करणार होतो, पण या म्हातारीला आताच घाबरायचे सुचले. जा बाबा, जा, दहा मिनिटांत आलोच. तोपर्यंत प्राण थोपवून धरायला सांग तुझ्या आईसाहेबांना!"

या वैद्यराजांचेच बंधू असलेले वकील कुठल्या तरी शाळेच्या व्यवस्थापक कमिटीत असतात. तेवढ्या आधारावर ते सॅडलर कमिशनचा जाडजूड रिपोर्ट काढून हिंदी विद्यार्थी व शिक्षक यांच्यावर झोड उठविण्यात धन्यता मानतात!

या वकिलाप्रमाणेच अव्यापारेषु व्यापार करणारे एक इंजिनीअर आपल्या आवडत्या

छंदाचे असे मोठ्या अभिमानाने वर्णन करतात :

"जोशीसाहेब, तुम्हाला तुमच्या साहित्यशास्त्रातले इथे काही दिसायचे नाही. मला वैद्यकीचा बराच नाद आहे. एकदा एका मरणोन्मुख रोग्याला मी तपासायला गेलो होतो, त्यावेळी आमचा मिस्त्री येऊन बाजारपेठेतला मोठा पाइप फुटला आहे, असे सांगू लागला; परंतु रोग्याला महामृत्युंजयाचे तीन वळसे दिल्याखेरीज तिथून निघणे मला शक्य नव्हते. रोगी मोठ्या घराण्यातला असल्यामुळे आयुर्वेदावर त्याची श्रद्धा उत्पन्न करणे हे माझे कर्तव्य होते. अर्थात फुटलेल्या पाइपाकडे मी धावलो नाही. सगळ्या बाजारपेठेत पाणीच पाणी होऊन गेले आणि एक बैठे घर कोसळून त्यात दोन अपघाताचे मृत्यू झाले. तरी इकडे माझा रोगी बरा झाला आणि त्याने या गावात आयुर्वेदशाळा स्थापण्यासाठी दहा हजार रुपयांची देणगी दिली."

ललित वाङ्मयात विनोदाचे स्थान काव्याइतकेच मोठे आहे. आपल्याकडे प्राचीन काळी विनोदाचे हे महत्त्व समाजाला व साहित्यिकांना पटले नव्हते. भरताने नाट्यशास्त्रात हास्यरस हा स्त्रिया आणि नीच प्रकृतीचे लोक यांच्यामध्ये फार करून दिसून येतो, असे सांगितले आहे. भरताच्या नाट्यशास्त्रापासून भगवद्गीतेपर्यंत स्त्रीवर्ग आणि समाजातील खालच्या थराची जनता यांची अशी सर्वत्र सांगड घातलेली दिसून येते. सुशिक्षित काय ते पुरुष, सुसंस्कृत काय ते वरच्या वर्गातले लोक, अशी त्यावेळची सामाजिक परिस्थिती होती. ज्याच्या तोंडावरील सुरकुती कधी मोडणार नाही, तो मोठा शिष्ट, असे त्या काळी मानले जाई. या परिस्थितीच्या पोटीच भरताच्या या विधानाचा जन्म झाला आहे. ही सामाजिक विषमता हळूहळू लोप पावू लागताच विनोदाला समाजात व साहित्यात मानाचे स्थान मिळू लागले. मराठीत गेल्या अर्धशतकातच त्याचा विकास झाला, याचे कारण हेच आहे. लघुकथा, कादंबऱ्या, लघुनिबंध, इत्यादी ललित वाङ्मयप्रकारांतच नव्हे तर टीका-लेखनातसुद्धा सुंदर विनोद-स्थळे आपल्याकडे निर्माण होऊ लागली आहेत. मराठीत अत्यंत इष्ट अशी ही विनोदाची वाढ ज्यांच्या प्रतिभेने व परिश्रमांनी झाली, अशा लेखकांत कोल्हटकर व गडकरी यांच्या जोडीने इतिहासकाराला चिंतामणराव जोश्यांचाही उल्लेख करावा लागेल. श्लेष किंवा शाब्दिक कोट्या, विडंबन, वास्तव चित्रण, मनुष्य-स्वभाव-रेखन आणि जीवनदर्शन अशा विनोदाच्या पाच चढत्या पायऱ्या मानता येतील. चिंतामणरावांच्या लेखनात शेवटच्या तीन प्रकारांचाच बहुधा अवलंब केला जातो. समाजसुधारणेचे शस्त्र या नात्याने विनोदाचा त्यांनी जितक्या व्यापक दृष्टीने, तितक्याच कुशल हाताने उपयोग केला आहे. विनोद हे अतिरेकाच्या डोळ्यांत घालायचे किती उत्कृष्ट अंजन होऊ शकते, हे पाहायचे असेल तर त्यांचे स्पष्टवक्तेपणाचे प्रयोग चाळावेत. दंभस्फोटाचे कार्य त्यांचा विनोद किती कुशलतेने

करू शकतो, हे 'लंकावैभव' या पुस्तकात त्यांनी वृत्तपत्राच्या जगात दिसून येणाऱ्या अनेक सोंगांढोंगांचे जे विडंबन केले आहे त्यावरून दिसून येईल. भावनाविवशता, एककल्लीपणा, स्वप्नाळूपणा, इत्यादी मानवी स्वभावांतल्या दोषांवर विनोद हा उत्तम उतारा होऊ शकतो, हे त्यांच्या लेखांवरून सहज सिद्ध होते. शास्त्रीय सुधारणांबरोबर समाजाचे मूळचे साधे स्वरूप बदलून ते संमिश्र होऊ लागते, पण त्यामुळे वैयक्तिक आणि सामाजिक सोंगे-ढोंगे कमी होत नाहीत. उलट, ती अधिकच वाढतात. हरघडी अधिक अधिक कृत्रिम होत जाणाऱ्या जीवनात विसंगती व विकृती मोठ्या प्रमाणात आढळून येऊ लागतात. गढूळ पाणी जसे तुरटीने स्वच्छ होते, तसे विनोदाने हे दूषित सामाजिक जीवन निवळते, समाजाची विवेकबुद्धी वाढीला लागते. सर्वसामान्य मनुष्याला स्वत:चा टीकाकार होण्याच्या कामी विनोदाचे फार साहाय्य होते. या दृष्टीने मराठी लेखकांनी आतापर्यंत विनोदाच्या द्वारे जे कार्य केले आहे, त्यापेक्षा फार मोठी कामगिरी त्यांना यापुढे करावी लागणार आहे. तिला आवश्यक असणारे कौशल्य तरुण लेखकांना चिंतामणरावांपासून निश्चित शिकता येईल. विनोद म्हणजे केवळ चुरचुरीतपणा नव्हे, बुद्धीचा क्षणिक चपलपणा नव्हे आणि चावटपणा तर नव्हेच नव्हे! उलट, तो जीवनाचा हसतमुख, पण स्पष्टवक्ता असा मित्र आहे. आत्म्याचा खेळकर मार्गदर्शक असा स्नेही आहे, याची जाणीव त्यांना चिंतामणरावांचा विनोद सतत देत राहील. विनोदाची मीमांसा करताना त्यांनी एके ठिकाणी काढलेले उद्गार स्वत:च्या लेखनात त्यांनी अत्यंत कसोशीने अमलात आणले आहेत. तेच उद्गार पुढील मराठी विनोदी लेखकांनाही प्रगतीचा मार्ग दाखवतील. चिंतामणराव म्हणतात,

'कोणी स्त्री अगर पुरुष गर्वाने फुगल्यास परस्पर तिचा किंवा त्याचा नक्षा उतरविणे, नावडत्या पुरुषाशी लग्न होत असलेल्या कुमारीस सोडवून आवडत्या पतीच्या हवाली करणे, दोन मित्रांत कलह लावून एखाद्या संकटग्रस्तास सोडविणे, दुष्ट पुरुषास भरीला चढवून त्याच्या नाशाची योजना करणे, हा नारदाच्या हातचा मळ होता. नारदाने केलेल्या कोणत्याही थट्टेचा परिणाम अनिष्ट झालेला नाही. **आपल्या थट्टेच्या योगे जनतेचे कल्याणच करायचे, हा नारदाचा बाणा प्रत्येक सत्त्वशील विनोदप्रिय मनुष्याच्या अंगी बाणला पाहिजे;** मग तो लेखक असो की वक्ता असो किंवा साधासुधा मनुष्य असो!'

कोल्हापूर
८-४-४८   **वि. स. खांडेकर**

अनुक्रमणिका

माझे दत्तक वडील

परिचय

'आणखी चिमणराव' या पुस्तकाच्या प्रस्तावनेत 'चिमणराव' या आपल्या मानसपुत्राविषयी चिं. वि. जोशी म्हणतात, 'या गोष्टींचा कथानायक रोमांचकारी कथांच्या नायकाप्रमाणे सर्वगुणसंपन्न नाही, तसाच जुन्या हास्यकथांच्या नायकाप्रमाणे वेडसर, मूर्ख किंवा कुरूपही नाही. हा तुमच्या-आमच्यासारखाच शेकडा शंभरातला एक साधा माणूस आहे. तो आपल्यापेक्षा थोडासा अधिक भोळसर आणि जरासा इतरांच्या तंत्राने चालणारा आहे.'

चिमणरावाच्या भोळसर स्वभावावर उभारलेल्या या हास्यकथेत लोभापायी मनुष्याचे कसे हसे होते हे मोठ्या मनोरंजक रीतीने चित्रित करण्यात आले आहे. जगातल्या अनेक दुःखांना, अंशतः का होईना, ज्याचा तोच जबाबदार असतो, पण आत्मपरीक्षणाची शक्ती नसल्यामुळे ज्या दुःखांच्या भोवऱ्यात आपण गटांगळ्या खात आहो ती आपणच निर्माण केली आहेत आणि साध्या गोष्टींना आपण अकारण भडक स्वरूप देत आहो, हे काही केल्या त्याच्या ध्यानातच येत नाही. हसतखेळत गमतीदार रीतीने ते त्याला पटविण्यात विनोदाचे सारे रहस्य साठविलेले आहे. 'माझे दत्तक वडील' ही चिंतामणरावांची गोष्ट अशीच आहे. तिच्यातला भोळा नायक चिमणराव एका लुच्च्या म्हाताऱ्याच्या जाळ्यात अगदी सहजासहजी सापडतो. त्या म्हाताऱ्याची इस्टेट आपल्याला मिळणार या आशेने तो त्याची वडिलांप्रमाणे सेवा करतो. त्याच्यासाठी खूप खर्चही करतो, पण शेवटी त्या म्हातारेबुवांनी आपल्याला पुरेपूर बनविले, असे त्याला आढळून येते! लोभ हा मनुष्याच्या मनाचा किती स्वाभाविक विकार आहे आणि त्याला बळी पडल्यामुळे माणसाची कशी फटफजिती होते, हे या विनोदी गोष्टीत इतक्या सहज, पण सुंदर रीतीने सांगितले आहे की, या कथेतला म्हातारा आपण कुठेतरी पाहिला आहे असेच

वाचकाला वाटू लागते. 'लोभ हा पापाचा परमेश्वर आहे' या सूत्रावर महाकवी शेक्सपीअर मॅकबेथसारखी मन गुदमरवून सोडणारी शोककथा रचू शकतो. पण चिंतामणरावांनी त्याच सूत्राचा उपयोग करून वाचकाला मोठ्या मजेदार गुदगुल्या करीत शेवटपर्यंत हास्यतरंगांवर झुलवीत ठेवले आहे. त्या कावेबाज थेरड्याने चिमणरावाचा यथेच्छ पाहुणचार उकळून त्याला इतके कफल्लक करून ठेवलेले असते की, शेवटी तो वाचकांना म्हणतो, 'गेल्या चार महिन्यांतील देणी फेडण्यासाठी वाचकांनी मला पर्स अर्पण करावी अशी विनंती आहे. नाहीतर तरुणांचे मूर्खपणाचे प्रकार निस्तरणारा परमेश्वर जो सासरा, तो माझा पाठीराखा आहेच!'

सकाळची रम्य वेळ होती, दिवस हिवाळ्याचे होते आणि मी रत्नागिरीच्या बंदरावर फेरफटका करण्यास गेलो होतो. कोकणात हिवाळ्याचे दिवस किती आल्हादकारक वाटतात! फार थंडी नाही आणि उष्मा तर मुळीच नाही. रत्नागिरीचे बंदर चढण्याउतरण्यास जरी अवघड असले, तरी तेथील देखावा फारच नामी आहे. समुद्राकडे तोंड करून उभे राहून पाहिलेला उजवीकडील तो अजगरासारखा पसरलेला किल्ल्याचा डोंगर, समोर क्षितिजापर्यंत पाणीच पाणी आणि त्यावर अंतरा-अंतरावर तरंगणाऱ्या गलबतांची परीटघडीची शिडे, मागील बाजूस माडांची घनदाट राई आणि डाव्या बाजूस विशेष सांगण्यासारखे काही नाही असा तो सुंदर देखावा जन्मात मी विसरणार नाही. रात्रभर नशापाणी करून लालभडक झालेल्या भगवान सूर्यनारायणाने आपली पत्नी सृष्टिदेवी हिची दोन्ही थोबाडे रंगविलेली होती. समुद्रकाठी वाळूत एका बिळातून दुसऱ्या बिळात सुरकन पळणारे कुर्ले आपल्याला पकडावयास येणाऱ्या कावळ्यांशी किंवा कुत्र्यांशी पकडापकडीचा खेळ खेळत होते. झाले इतके वर्णन पुरे झाले; नाहीतर लघुकथेचे तंत्र बिघडावयाचे म्हणून मुद्द्याच्या गोष्टीकडे वळतो.

जरी मला पुण्यास नोकरी होती तरी दरसाल या महिन्यात रत्नागिरीस येत असे. माझ्या वडिलोपार्जित इस्टेटीपैकी माझ्या वाट्याला जे नारळाचे झाड व फणसाच्या झाडाची जी फांदी आली होती त्याचे वार्षिक उत्पन्न एक रुपया पाच आणे पाच पै घेऊन जात असे. हे उत्पन्न मिळविण्यास माझ्या वडिलांस आठ वर्षे कोर्टात झगडून नऊशे रुपये खर्चावे लागले. मग मी सालिना पंधरावीस रुपये खर्चून रत्नागिरीस येऊन भावाबंदांशी तंडून हे हक्काचे, हट्टाचे व मानाचे पैसे घेऊन जात होतो यात वावगे काय झाले? तसे न करीन तर वडिलांच्या नावास बट्टा लागणार नाही काय? मी हे यंदाच्या वाटणीचे पैसे कालच वसूल केले होते व आज संध्याकाळच्या बोटीने निघून परत पुण्यास जाणार होतो. बंदरावरची गंमत घटकाभर

पाहून परत फिरलो व वरल्या आळीत पोहोचलो. तोच एक पन्नाशीच्या सुमाराचा वृद्ध गृहस्थ घाईघाईने मजकडे येत आहे असे पाहून थबकलो. तो गृहस्थ धावतच जवळ आला व त्याने माझ्या अंगाभोवती दोन्ही हात टाकून मला कवटाळले.

"अहो, हे काय आजोबा? मला कोण म्हणून समजता? मी काही तुमचा नातूपणतू नाही बरं. सोडा मला. नाहीतर आता भोवताली घोळका जमा होईल तमासगिरांचा."

"बाळू, नको रे असा म्हाताऱ्याला झिडकारू. तोच तू - अगदी हुबेहूब! काडीइतका फरक नाही."

"अहो भटजीबुवा, कबूल आहे सगळं. तो मी आहे. हुबेहूब काल दिसत होतो तसाच आजही दिसतो आहे. कालचा हा चिमणाजी विठ्ठल-"

"काय, चिमण तुझे नाव? मग तर ठेपी चमलेच. मलासुद्धा दृष्टान्तात गुरुराजांनी हेच नाव सांगितले होते. चिमण! चिमण! ये रे माझ्या चिमण्या बाळा!" असे उद्गार काढीत म्हातारबुवांनी मला अधिकच आवळले.

"अहो शास्त्रीबुवा, तुम्ही सड्यावरच्या वेड्याच्या इस्पितळातून रखवालदारांच्या हातावर तुरी देऊन तर नाही ना आला? चला, तिकडेच तुमची परत रवानगी करतो."

"अरे बाळा, मी कोणाच्या हातावर तुरी देऊन आलो नाही, पण तू मात्र माझ्या हातावर तुरी देऊन वीस वर्षे पळाला होतास! पण सुदैव माझे, काल रात्री गुरुराजांनी दृष्टान्त देऊन सांगितले की, "तुझा बाळ उद्या सकाळी तुला भेटलाच पाहिजे." मी म्हटले, "पण त्याला ओळखणार कसा?" तेव्हा गुरुराजांनी स्वप्नात तुझे दर्शन घडविले आणि ते अदृश्य झाले. स्वप्नात पाहिलेली मनोहर मूर्ती - पण चल माझ्या घरी, इथे रस्त्यात आता हे तमासगीर जमा होतील. हे कोकण आहे बाबा! इथले लोक आहेत कुचाळ! चिटोळ्यांचा मुलूख आहे हा."

या वेड्याच्या डोक्यात आहे तरी काय, हे पाहावयाच्या उद्देशाने मी त्याच्याबरोबर त्याच्या घराकडे जाण्यास निघालो. दहा-पाच घरे गेल्यावर त्याच्या घराच्या गडग्यात शिरलो. आत गेल्याबरोबर तेथील थाट पाहून मी थक्क झालो. दोन तुडुंब भरलेल्या विहिरीस माळ्यांचे रहाट लावले होते आणि एकास बैल व दुसऱ्यास रेडा जुंपला होता. विहिरीच्या पाटाच्या पाण्यावर माड, सुपारी, कलमी आंबे, फणस, काजू असे वृक्ष; चिकू, कॉफी, केळी, कागदी लिंबे अशी झाडे; फुलझाडे, वेली, भाज्या यांची जोपासना होत होती. घरापुढील मांडवावर वाळवणे घालण्याच्या कामी दोन मोलकरणी राबत होत्या. दळणकांडणाचे काम दुसऱ्या दोघी मोलकरणी करीत होत्या आणि एका गोठ्यात पाच-सहा गुरे बांधलेली होती. बागेच्या मध्यभागी मुंबई पद्धतीचा दुमजली सुरेख कौलारू बंगला होता.

"ही पाहा माझी बाग नि समोरचे माझे गरिबाचे खोपटे." म्हातारबुवांनी सांगितले. कोकणच्या श्रीमंत लोकांचा पोशाख व अठराविसे दरिद्र्याचा पोषाख सारखेच असतात, म्हणून मला त्यांच्या बोलण्याचे मुळीच आश्चर्य वाटले नाही. त्यांनी मला बंगल्यात नेले. बंगल्याच्या ओसरीवरच आम्ही झोपाळ्यावर बसलो. ओसरीवरून माडीवर जाण्याचा जिना होता त्याला कुलूप लावलेले होते, त्यामुळे दिवाणखान्याचा थाट मला पाहावयास मिळाला नाही तरी ओसरीवरील गाद्या, लोड, तक्के, देवादिकांच्या तसबिरी व इतर फोटो, पोतीची तबके, चित्रे ठेवलेले काचेचे कपाट वगैरे थाटावरून या म्हाताऱ्याच्या श्रीमंतीची बरीच कल्पना आली.

म्हाताऱ्याने रामा गड्यास हाक मारून बोलाविले आणि माजघरात टांगलेल्या केळवंडीतील तोंडी केळी आणि एक पपनस घेऊन येण्यास सांगितले.

रामा- "पन आन्ना-"

रामास पुरते न बोलू देता म्हातारा त्यास गप्प करून म्हणाला, "होय, मालकांचेच पाहुणे आहेत हे, जा. जास्त बोलू नको." रामा काहीतरी पुटपुटत गेला, तेव्हा म्हातारा मला म्हणाला, "पाहिलेत, हे कोकणचे गडी कसे उद्धट असतात? यांना अहो-जाहो कसे ते ठाऊकच नाही. बाकी मलाही हा साधेपणा आवडतो. मला आण्णासाहेब म्हणू नका, नुसते 'आण्णा' म्हणा अशी मी त्यांना ताकीद देऊन ठेविली आहे. नाहीतर तुमच्या देशावर, जो उठला तो 'साहेब'! तात्यासाहेब, बापूसाहेब, भाऊसाहेब- मग हातात उलटी अंबारी का असेना? (ओरडून) अहो बाईसाहेब, जरा बाहेर या."

वेणी घातलेली, मोठे कुंकू, नाकात सोन्याचे मणी गुंफलेली नथ, गुडघे झाकतील इतकेच रुंद लुगडे अशी बाई माजघरातून दारात येऊन उभी राहिली. तिला उद्देशून म्हातारा म्हणाला, "पाहिलेत का हो आपले चिरंजीव? झाले की नाही माझे त्यावेळी खरे? तू मला खुळा समजलीस, स्वप्न लटके म्हणालीस, पण स्वप्नात पाहिलेलीच मूर्ती! नावसुद्धा गुरुराजांनीच सांगितलेले, 'चिमणाजी'! बाळ चिमण! आपल्या आयशीच्या पाया पड."

या वेडपट थेरड्याच्या कलानेच जरा घेऊ या, असा विचार करून मी त्या बाईच्या पाया पडलो. "बरे आहे. मी थोडा चहा ठेवते." असे म्हणून ती आत निघून गेल्यावर म्हातारा झोपाळ्यावरून उठला व भिंतीवरचा एक फोटो काढून मला दाखवीत म्हणाला, "चिमणराया, पाहा, पाहा ही गोजिरवाणी बाळे! एकाहून एक सरस रत्नेच होती, पण काळाला नाही ती पाहवली! इन्फ्लुएंझाच्या साथीत आठ दिवसांत एकामागून एक गेली, आणखी आम्हाला म्हाताऱ्यांना निसंतान करून सोडिले! (स्फुंदत) पण जाऊ द्या ते. आम्ही मुलांकरिता शोक करीत एक वर्ष काढले तेव्हा कालच आमचे गुरुराज-"

"म्हणजे कोण बुवा?" मी चौकसले.

"माझे गुरू म्हणजे राजापूरचे पासोडेमहाराज. सत्पुरुषच आहेत. तेच माझी करुणा ऐकून द्रवले. त्यांनी मला पहाटे दृष्टान्त दिला. त्यांची ती सहा महिन्यांत अंघोळ न केलेली, तोंडात गांजाची चिलीम धारण केलेली, अंगावर मळक्या पासोडीशिवाय चिंधूकही नसलेली, बाह्यात्कारी भ्रमिष्ट दिसणारी मूर्ती माझ्यापुढे प्रकट झाली आणि त्यांनी सांगितले, "बेटा आण्णा! कल फजर ऊठके गाड्याको हात लगावो और रस्ते में जाव, तुमारे नजरको जो आदमी पहेला आवेगा वोही तुम आपना लडका समझो. आगले जनम में वो तेरा लडका था." मी म्हटले, "गुरुवर्य, पण रस्त्यात दहाजण भेटतील. कोणता मी आपला मुलगा समजू?" तेव्हा त्यांनी माझ्यासमोर तुझी मूर्ती प्रकट केली. मी पुढे बोलणार तो जागा झालो."

इतक्यात आण्णांच्या कुटुंबाने चहा, केळी, पपनसाच्या फोडी वगैरे उपाहार आणि मुखशुद्धीकरिता ओली सुपारी आणिली. त्यांचा समाचार घेत असता आण्णांनी आपल्या जमीनजुमल्याची कल्पना मला करून दिली. आण्णांच्या जवळ बरीच माया होती. तो बंगला, ती बाग, रत्नागिरी व संगमेश्वर तालुक्यांतील भातशेते, दरमहा तीनशे रुपये भाडे आणणारे मुंबईचे लहानसे घर. शिवाय वीस हजारांच्या 'परमेश्वरी' नोटा- आणखी पाच हजारांचे युद्धकर्ज. असले घबाड आयतेच पदरात पडत असल्यावर कोणता शहाणा माणूस आण्णांच्या दृष्टान्तावर अविश्वास ठेवील? पासोडेमहाराजांचे उपकार आण्णांच्या ऐवजी माझ्यावर पुष्कळ झाले यात संदेह नाही.

"पण आण्णा, माझे वडील हयात नाहीत, मला दुसरा भाऊही नाही. तेव्हा मला तुमचा दत्तक होता येणार नाही बरे का!" मी म्हटले.

"अरे दत्तक नको न् फत्तक नको. ती सगळी थोतांडे आहेत. दत्तकाचे कलम केल्याने का खरे प्रेम होत असते? फक्त तू आमच्यावर आईबापाप्रमाणेच माया कर म्हणजे माझी सगळी माया तुलाच मिळेल. बरे, आता तू उतरला आहेस कोठे? (ऐकून) वरच्या आळीतले जोग ते तुझे कोण लागतात?"

मी आण्णांना माझी सगळी हकिकत सांगितली. मी पुण्यास नोकरीत असतो असे ऐकल्यावर ते म्हणाले, "अरे चिमणा, साठ टिकल्यांकरिता खर्डेघाशी करण्याचे तुला आता कारण नाही; परंतु मला जरा दम्याची व्यथा असल्याने एवढा पावसाळा आम्ही दोघे पुण्यास काढू. स्वतंत्र बिऱ्हाडच करणार होतो, पण आता तू आहेसच. घरी तुझी आयशी आहे ना? तुला उद्या सोमवारी कामावर रुजू व्हायचे असेल तर तू आज रात्रीच्या बोटीने जा. मी इथल्या कामाची व्यवस्था लावून बुधवारी निघून येतो."

यानंतर काही किरकोळ बोलणे होऊन मी निघालो. रविवारी संध्याकाळी

रत्नागिरीहून निघून सोमवारी दुपारी पाऊण वाजता पुण्यास पोहोचलो. वाटेत बोटीत व आगगाडीत माझा सर्व वेळ त्या भोळ्या आण्णांच्या अवाढव्य इस्टेटीची तजवीज करण्यात गेला. ऑफिसात जाण्यास उशीर झाल्याने एका टॉमीची दुरुत्तरे सहन करावी लागली. 'हरकत नाही, लालतोंड्या!' मी (मनात) म्हणालो, 'तो थेरडा कोकण्या मला आपली इस्टेट देणारच आहे. मग कोण येतो तुझ्यासारख्या माकडांची चाकरी करायला?'

संध्याकाळी घरी गेल्यावर आईला सगळी हकिकत सांगितली तेव्हा ती म्हणाली, ''संभाळ हो बाबा! नाहीतर तो कोणी लफंगाबिफंगा असायचा- असल्या मसलतीत आपल्यासारख्या साध्या माणसांनी पडू नये.''

''अगं पण आई, मी का या मसलतीत पडलो आहे? त्या आण्णांच्या गुरुरायांनीच मला हिच्यात पाडलं आहे. ठीक आहे. या महागाईच्या दिवसांत हातभार लावला संसाराला आपल्या दैवानं!''

गुरुवारी सकाळी आण्णा व त्यांच्या पत्नी (त्यांना माई म्हणावयाचे) यांस स्टेशनवरून आणले. आण्णांनी आमच्या आईसाहेबांस आडव्यातिडव्या गप्पा मारून खूप खूश केले. माईंनी आईला आपली बहीण मानले व आण्णा हे माझे चुलते आहेत, असे सर्वांना मी सांगावे म्हणजे लोकांना दृष्टान्ताची कर्मकथा सांगावयास नको, असे ठरले. आण्णांच्या बरोबर त्यांच्या कपड्यांच्या व दागदागिन्यांच्या ट्रंका होत्या, पण त्यांच्या किल्ल्या कोठेतरी हरवल्या. त्यामुळे त्यांना अंघोळीनंतर बदलावयाला चिरगुटेही नव्हती. म्हणून मी लगेच बुधवारात जाऊन एक धोतरजोडी व इरकली लुगडे घेऊन आलो.

पहिल्या दिवशी आण्णा व माई नवीन असल्यामुळे त्यांची बडदास्त उत्तमच ठेवण्यात आली होती. दुसऱ्या दिवशी सकाळी आमचा गवळी आला, तेव्हा आम्ही दूध किती घेतो ते आण्णांनी विचारले. सौ. (माझे नुकतेच लग्न झाले होते) म्हणाली, ''एक शेर.'' आण्णा उद्गारले, ''बस- एकच शेर? अरे, ते काही नको आता. तुम्ही अडीच शेर दूध सुरू करा. मलाच तर शेरभर दूध पोळीबरोबर खावयास लागते. रे गवळी, सकाळी अडीच नि रात्री दोन शेर आणीत जा हो (मला इंग्रजीत) पैशाची काळजी नको.''

मी-''छे, छे! आण्णा, असे कसे होईल? पैशाचं काय मोठंसं? लागेल तितकं दूध घेऊ. (मनात) खा थेरड्या! माझ्या बापाचं काय जातं नुसतं दूध पिऊन पोट फुगून मेलास तर?''

आण्णा आल्यापासून आमच्या राहणीत पुष्कळ सुधारणा झाली. जेवताना दोन कोशिंबिरी, एक फळभाजी, एक पालेभाजी, भाकरीऐवजी पोळी, पोळीला तूपसाखर, सकाळ-दुपार लिप्टनच्या पिवळ्या डब्यातील चहा व बरोबर बिस्किटे अगर शिरा

असा थाट सुरू झाला. आण्णांच्या डोकीवरचा पांढरा मास्तरशाही रुमाल जाऊन पुणेरी झिरमिळ्यांची पगडी, अंगातील बंडी व चेकचा कोट जाऊन शर्ट व सर्जचा कोट, पंचा जाऊन लांबरुंद धोतर व वहाणांऐवजी लाल पुणेरी जोडा असा पेहराव आला. माईचे सुती लुगडे जाऊन इरकली लुगडे व त्यांच्या पूर्वीच्या अनवाणी पायांत गादीचे जोडे आले. हा सगळ्या वेषांतराचा खर्च तूर्त मला सोसावा लागला. पण याचा दसपट वचपा काढल्याशिवाय मी राहणार होतो थोडाच?

आण्णा व माई ही दररोज संध्याकाळी टांगा करून फिरावयास जात; सिनेमाचा प्रत्येक दिवशी नवीन कार्यक्रम, प्रत्येक मंडळींचे नवीन नाटक, प्रत्येकास रोजचे डॉक्टरचे औषध व पथ्याकरिता फळे किंवा डब्यांतील विलायती खाद्ये यांचा सपाटा सुरू झाला. आण्णांनी आपल्या ट्रंकेच्या कुलपाच्या किल्ल्या पाठवून देण्याबद्दल रत्नागिरीच्या कारकुनास दहा पत्रे लिहिली, पण त्याने दाद दिली नाही. त्यामुळे खर्चासाठी मला सेव्हिंग्ज बँकेतले माझे १२० रुपये काढून आणावे लागले.

आण्णांच्या प्रकृतीला पुण्याची हवा चांगली मानवली. पहिल्याने दोन पोळ्याही जात नसत, त्या आता पाचसहा पोळ्या पचून पुन्हा फिरावयास जाण्याच्या आधी उपाहार लागू लागला. माईही नवऱ्याशी पोळ्या अधिक खाण्याच्या बाबतीत पैज लावून जेवत असत.

या जोडप्याचा बकासुरी आहार पाहून गुंड्याभाऊसदेखील आपली प्रकृती क्षीण होत चालली आहे, असे वाटू लागले. तेव्हा त्याने मला सुचविले की, मी आण्णांस लंघनमीमांसेचे पुस्तक वाचावयास द्यावे. ज्यांच्या घरी पाहुण्यांचा सुळसुळाट असतो अशा घरवाल्यांनी या पुस्तकाची प्रत अवश्य संग्रही ठेवावी. मात्र आण्णांसारखे खमंग पाहुणे त्यास बिलकूल दाद देणार नाहीत. ते पुस्तक वाचून आण्णा म्हणाले, "अरे चिमण, अगदीच टाकाऊ पुस्तक आहे हे. लंघनाची चिकित्सा, जर त्यात वर्णन केली आहे इतकी बिनचूक असती तर हिंदुस्थानात इतकी रोगराई वाढली नसती. कारण या देशातले शेकडा ऐंशी लोक दररोजच लंघन करीत असतात!"

"आण्णा, हे लोक नुसते उपाशी राहतात. पुस्तकातल्या नियमांप्रमाणे लंघन करीत नाहीत."

"अरे, मरो रे तुझे लंघन! आम्हाला 'उल्लंघनमीमांसा' असली तर देस एखादी! म्हणे, पोट दुखलं तर उपास करावा नि बस्ती घ्यावा! ते काही नाही. पोट दुखले तर बचक बचक सुंठसाखर नि तूप घ्यावं नि बेशक लाडू करून खावे. मधुमेह झाला तर रोज गुळाच्या आठ पोळ्या अच्छेर तुपाशी खाव्या नि शंभर नमस्कार घालून पचवाव्या. डोके दुखत असले तर चांगला अच्छेर मावा साखरेत परतून खावा की साफ! बद्धकोष्ठ झाले तर चार-पाच बेसनाचे लाडू खावे नि वर एक ग्लास कोल्ड ड्रिंक प्यावे. कालच त्या कँपातल्या ट्रेचर कंपनीतलं कोल्ड ड्रिंक

घेऊन आलो. वा! काय त्याची खुमारी सांगू तुला?''

हळूहळू दोन महिने संपले. माझे सेव्हिंग्ज बँक खाते खलास झाले. पगारही दोनदाचा संपलाच होता. पण अद्याप आण्णांच्या किल्ल्या येईनात; तेव्हा त्यांनी पाचशे रुपये रजिस्टरने ताबडतोब पाठवून देण्याविषयी रत्नागिरीच्या आपल्या कारकुनास लिहिले व ते येईपर्यंत खर्चास मी सासऱ्यांकडून दोनशे रुपये उसने आणले. आण्णांचे पाचशे रुपये येताच सौ. ला सुरेख लुगडे मिळणार होते. बिचारीला लढाईच्या महागाईने चिटांवरच समाधान मानून घ्यावे लागत होते.

पंधरा दिवस होऊन गेले तरी रजिस्टर येईना! पोस्टात चौकशी केली पण व्यर्थ. तेव्हा मी आण्णांस सुचविले की, तुम्ही आता ट्रंकांस दुसऱ्या चाव्या लावून पाहा. मी चावीवाल्याला बोलावतो. पण व्यर्थ. चिक्कू म्हातारा पत्रे व तारा यांत पैसे घालवीत होता पण तेथल्या तेथे दुसऱ्या चाव्या विकत घ्यावयाला त्याचा धीर होईना.

पावसाळा संपला. आगबोटी चालू झाल्या. तेव्हा माझ्या श्वशुरांनी मला सल्ला दिला की, मी प्रत्यक्ष रत्नागिरीस जाऊन त्या म्हाताऱ्याच्या कारकुनास भेटावे व त्याच्याकडून पैसे आणावे. ही हकिकत मी आण्णांना सांगितली. तेव्हा ते बरेच आढेवेढे घेऊ लागले. ''तुला रजा मिळणार नाही. पंधरा दिवसांनी मीच जाईन. तुला कारकुंडा दादच देणार नाही.'' इत्यादी. तेव्हा आईनेही मला बाजूस नेऊन म्हाताऱ्याला न कळविता रत्नागिरीस जाण्यास सांगितले व त्याप्रमाणे खोटी आजारचिठ्ठी ऑफिसात पाठवून रत्नागिरीस गेलो. संध्याकाळी तेथे भावाबंदांकडे उतरलो व त्यांस आण्णांचा वृत्तान्त सांगितला. आण्णा फाटक नावाचा श्रीमंत गृहस्थ रत्नागिरीत असून आपल्याला त्याची काही माहिती नसल्याबद्दल त्यांनी आश्चर्य प्रकट केले.

दुसऱ्या दिवशी सकाळी मी आण्णांच्या बागेतील बंगल्यात गेलो. पूर्वी मी येथे आलो होतो तेव्हा बंगल्याच्या माडीस कुलूप होते, परंतु या वेळी आण्णा पुण्यास असून ती उघडी असल्याने मला नवल वाटले. चिक्कू मालकाची संपत्ती इतरांच्या चैनीसाठीच असते. मी ओसरीवर गेलो व पाहतो तो झोपाळ्यावर तीन सुरेख मुले बसलेली! ही भुताटकी तर नाही ना, असे मला वाटले. कारण ज्या मुलांचा फोटो दाखवून 'ही माझी गोजिरवाणी बाळे इन्फ्लुएंझाच्या साथीत गेली', असे आण्णा म्हणाले होते तीच ही मुले. पोशाखही तेच होते. सगळ्यांत मोठ्या मुलाने झोका थांबवून मला कोण पाहिजे असे विचारले. मी भीतभीत उलट मुलासच त्याचे नाव विचारले.

''माझं नाव प्लभाकल बालक्लिष्न नाडकलनी.''

मी घर चुकलो की काय असे वाटून इकडेतिकडे बघू लागलो. तो एक तरुण बाई तेथे घरातून आली व काय, कोणाकडे आला आहात, असे मला विचारू लागली.

"फाटकांचं ना हे घर?"

"नाही बाई. हे आमचे-नाडकर्ण्यांचं घर आहे. फाटक तर इथं नाहीत जवळपास कोणी."

मजकरिता केळी व पपनस आणण्यासाठी आण्णांनी ज्याला पाठविले होते तो रामा गडी तेथे काही कामाकरिता आला व माझ्याकडे पाहताच "काय पाव्हणे, कसा काय?" असे त्याने विचारले.

"ठीक आहे. पण ते आण्णा कुठे आहेत रे?"

"तो आण्णा बामण? कुठे पलाला त्याचा काहीच पत्ता नाय."

"म्हणजे ते आण्णा या बंगल्याचे मालक नव्हते?"

"अवं, कसले मालक? वैनीबाईस्नी पुसा म्हणजे त्या सांगतील सगलां." रामाच्या उपदेशाप्रमाणे नाडकर्णीन वहिनींना मी आण्णांबद्दल माहिती विचारली.

"तो आण्णा शिफारस घेऊन इकडे नोकरी मागायला आला. त्याला आम्ही कारकून म्हणून ठेवले. मध्ये आम्ही लग्नकार्याकरिता मालवणास गेलो ते त्याच्या अंगावर घर टाकून गेलो. कोणाला माहीत थेरडा असा लबाड असेल म्हणून? मेला आम्ही परत यायच्या आत इथून पसार झाला न् बरोबर घरातली दहावीस चांदीची भांडी न् कपडे पळवलीन् - तुम्हाला काय त्यांनी आपणच घराचे मालक आहो म्हणून सांगितलीन? काय बाई तरी धारिष्ट्य!"

"आई, आणखी माझा गडवा पण पलवला गं त्यांनी." तो मोठा मुलगा म्हणाला.

आता स्वत:ची फजिती त्या बाईपुढे काय सांगावयाची? त्या म्हाताऱ्याची झडती घेऊन तुमची भांडी परत करतो, असे सांगून मी निघालो. संध्याकाळच्या बोटीने रत्नागिरी बंदर सोडले. काय पाजी माणसाने मला बनविले! आता कसली इस्टेट? उलट, चारपाचशे रुपयांच्या उधाऱ्या मात्र करून बसलो! मी माझ्या मित्रांत उपहासविषय होणार! पुण्यास घरात पाऊल टाकताच त्या थेरड्याच्या बत्तिशीपैकी शिल्लक राहिलेले दात न पाडीन तर नावाचा चिमणराव विठ्ठलच नाही, असे सुडाचे विचार मनात घोळवीत रात्र व सकाळ घालवून दुसऱ्या दिवशी दुपारी पुण्यास पोहोचलो.

टांग्यातून उतरताच, "कुठे आहेत ते आण्णा?" असे म्हणत मी घरात शिरलो.

"अरे, असं झालं तरी काय रागवायला?" असे आईने विचारले.

"पण आधी ती थेरडा-थेरडी-"

"अरे, ती गेली रत्नागिरीला. तूच तिथून त्यांना तार केली होतीस ना झटपट निघून या म्हणून?"

"मी-मी तार केली? अगदी पक्का लफंगा दिसतो आहे! पण मी रत्नागिरीला गेल्याचं त्यांना सांगितलं कुणी?"

"अरे, तुझ्या बायकोनं. भोळी बिचारी! आपला बेत तिला माहीत नव्हता. तिनं त्या म्हातारीजवळ सहज सांगितलं. मग चार तासांनी, "तुझी तार आली आहे, आपण रत्नागिरीस जातो" असं सांगून ती दोघे तिनाच्या गाडीनं गेली. दोन ट्रंका बरोबर नेल्या, आणखी दोन वर आहेत."

"पाहू बरं त्यांत काय आहे? चोराच्या हातची लंगोटी!" असे म्हणून मी वर गेलो व हत्यारांनी कुलूप फोडीत फोडीत आईस सर्व हकिकत सांगितली. कुलपे फोडून ट्रंका उघडून पाहतो तो आत दगड व विटकरीशिवाय काही नव्हते!

दुसऱ्या दिवशी टपालाने पत्र आले. त्यात पुढील मजकूर होता-

"चि. चिमणराव यांस आण्णा फाटक याचे प्रेमपूर्वक आशीर्वाद. आपण आमचा चार महिने उत्कृष्ट पाहुणचार केलात याबद्दल आम्ही आपल्याला दुवा देतो. राहिलेल्या आयुष्यात आपली आठवण व्हावी म्हणून आपल्या कुटुंबाच्या पाटल्या बरोबर आणल्या आहेत. तसेच आपल्या कापडवाल्याकडून ६० रुपयांचे कापड आणले आहे. त्याचे पैसे फेडणे आपल्यावरच आहे. आमच्या अफाट इस्टेटीपैकी दगडविटांनी भरलेल्या दोन ट्रंका आपल्याला वारसा म्हणून ठेविल्या आहेत, त्यांचा स्वीकार करावा. आपण स्वतःचे घर बांधाल तेव्हा त्यांचा अवश्य उपयोग करावा. आपल्या मातुश्रीस नमस्कार व चि. सौ. सूनबाईस आशीर्वाद. तुमच्यासारखं दुसरं भोळं सावज मिळेपर्यंत तरतूद झाली आहे. तरी आमच्या योगक्षेमाची काळजी करू नये. कळावे, हे आशीर्वाद."

आपला,

आण्णा फाटक

गेल्या चार महिन्यांतील देणी फेडण्यासाठी वाचकांनी मला पर्स अर्पण करावी अशी विनंती आहे. नाहीतर तरुणांचे मूर्खपणाचे प्रकार निस्तरणारा परमेश्वर जो सासरा, तो माझा पाठीराखा आहेच.

◆

स्टेशनस्टाफची मेजवानी

परिचय

चिंतामणरावांचे बहुतेक विनोदी लेखन गोष्टीवजा निबंधाच्या स्वरूपाचे आहे. पण 'स्टेशनस्टाफची मेजवानी' हे त्यांनी सहज गमतीने लिहिलेले छोटे प्रहसन इतके मजेदार वठले आहे की, त्यांनी या पद्धतीने आणखी पुष्कळ लिहायला हवे होते, असे वाचकाला वाटल्याशिवाय राहत नाही. या छोट्या प्रहसनात लेखकाने आपल्या समाजातली दोन मोठी वैगुण्ये मार्मिक रीतीने हास्यास्पद करून दाखविली आहेत. त्यातले पहिले म्हणजे सार्वजनिक जीवनातला अप्रामाणिकपणा. मनुष्य कोणत्याही धंद्यात असला तरी हक्काच्या दृष्टीने तो जसा समाजाचा घटक असतो, तसा कर्तव्याच्या दृष्टीने तो समाजाचा सेवक असतोच असतो! मनुष्य ज्या धंद्यात काम करीत असतो त्या धंद्याने त्याचा चरितार्थ चांगल्या रीतीने चालविला पाहिजे यात शंका नाही. प्रामाणिकपणाने कष्ट करणाऱ्या प्रत्येक मनुष्याचा तो जन्मसिद्ध सामाजिक हक्कच आहे. या हक्काची पायमल्ली होत असेल तर माणसांनी अर्ज-विनंत्यांपासून संप-सत्याग्रहांपर्यंतच्या सर्व उपायांचा अवलंब करून आपली दाद लावून घेणे न्यायाचे आहे. पण धंद्यामधला अप्रामाणिकपणा हा एक सामाजिक गुन्हा आहे, हेही प्रत्येकाने सदैव लक्षात ठेवले पाहिजे. आपल्याकडे ही जाणीव अजून मोठ्या प्रमाणात निर्माण झालेली नाही. जी चोरी पकडली जात नाही ती करायला काहीच हरकत नाही, असे आपल्या आजकालच्या सर्व सामाजिक व्यवहारांचे सूत्र बनले आहे. आपण कायदा जाणतो, पण सद्सद्विवेकबुद्धीची ओळख मात्र सहज विसरून जातो. आपण राजदंडापुढे मान वाकवितो, पण नीतिमूल्यांपुढे मात्र मस्तक नम्र करीत नाही.

गेल्या महायुद्धाने निर्माण केलेल्या परिस्थितीत हा सामाजिक दोष कमी होण्याऐवजी सर्पदंशातून शरीरात पसरणाऱ्या विषाप्रमाणे समाजाच्या सर्व थरांत भिनत चालला आहे. लाचलुचपत, काळाबाजार वगैरे शब्द

लोकांच्या चिरपरिचयाचे होऊन बसले आहेत. या सनातन सामाजिक दोषांचे हास्यरसाच्या द्वारे चित्रण करण्याकरिता चिंतामणरावांनी स्टेशनावरल्या मंडळींची निवड केली आहे. स्टेशनावरून जाणाऱ्यायेणाऱ्या सर्व प्रकारच्या मालावर पोर्टरपासून स्टेशनमास्तरपर्यंत सर्वांची जबर जकात असतेच असते! एखाद्याने आपल्या मित्राला हापूस आंब्यांची करंडी आगगाडीने पाठविली तरी ती त्याला पोहोचेपर्यंत तिच्यातल्या निम्म्याशिम्म्या आंब्यांचे दगडधोंड्यांत रूपांतर होते, हा अनुभव काही नवीन नाही. स्टेशनवरल्या लोकांच्या या चौर्यचातुर्यावरच या प्रहसनाची उभारणी झाली आहे. स्टेशनात मिठाईची पार्सले येऊन पडलेली असतात. ती जशीच्या तशी मालकांकडे पोहोचती केल्यावर मग स्टेशनावरल्या अधिकारी मंडळींचे कौशल्य ते काय राहिले? ही सर्व मंडळी नेहमीप्रमाणे त्या पक्वान्नावर यथेच्छ ताव मारण्याचे ठरवितात.

पण एवढ्याने या प्रहसनाला पुरी रंगत आली नसती. त्याकरिता चिंतामणरावांनी एक विद्वान शास्त्रीबुवा स्टेशनावर आणले आहेत. सर्वसामान्य माणसे एका हाताने पाप करीत असताना दुसऱ्या हाताने देवाच्या पूजेचे साहित्य गोळा करीत असतात. स्टेशनवरील मंडळी तरी या नियमाला कुठून अपवाद होणार? पार्सले फोडता फोडता शास्त्रीबुवांची पारमार्थिक प्रवचने ऐकण्यात त्यांनाही आनंद होतो. हे शास्त्रीबुवा कट्टर सनातनी असतात. उठल्यासुटल्या ते सुधारकांचा उद्धार करतात. मात्र स्टेशनावर आलेल्या पार्सलांतली मिठाई चापताना ती कोणत्या जातीच्या माणसांनी तयार केली असेल किंवा कुणी कुणाला पाठविली असेल याचा विचार करण्याच्या भानगडीत हे सद्गृहस्थ बिलकूल पडत नाहीत! या प्रहसनात ते स्टेशनवरल्या अधिकारी मंडळींसमवेत पार्सलातली पक्वान्ने पोटाला तडस लागेपर्यंत खातात आणि मग अचानक या मेजवानीत एक बॉम्बगोळा येऊन पडतो! ही पार्सले हैदराबादच्या भंग्यांनी आपल्या आप्तेष्टांना पाठविलेली असून, तिथल्या बड्या बड्या मुसलमानांच्या मेजवानीतली उष्टी पक्वान्ने या करंड्यांत भरलेली होती, असे उघडकीस येते!

(लड्डूपूर स्टेशन. स्टेशनमास्तरची खोली. गलमिशावाले व लांब केस वाढवून भांग काढलेले धडफळे मास्तर.)

धडफळे :- अलीकडे व्यापाराचा स्लॅक सीझन झाल्यापासून रेल्वे नोकरांचे फार हाल सुरू झाले आहेत. पूर्वी वॉर-टाइममध्ये एक वॅगन व्यापाऱ्याला द्यायला

पंचवीस रुपये न् एक गासडी नाहीतर पार्सल रवाना करायला रुपया-दोन रुपये हबकत होतो. आता उलट, बाबांनो या, रेल्वेने सामान पाठवा अशी व्यापाऱ्यांची पायधरणी करावी लागत आहे. पॅसेंजर ट्रॅफिक तर या मोटार, बसेसनी ठार बुडायची पाळी आणली आहे. तरी आम्ही जिथे जिथे आगगाडीची फाटकं आहेत तिथे तिथे रस्ते उखडून नाहीतर फाटक तास तास बंद करून मोटारींची खोटी करतो (टेलिफोनची घंटा वाजते.) बैस, गोंद्या लेका, शंख करीत! पाच मिनिटं प्रेक्षकांशी स्वगत बोलत बसलेलं या गाढवाला खपत नाही. लागला टरांव टरांव करायला बेडकासारखा. आता रिट्रेंचमेंटची कात्री लागून शंकऱ्याला टी.सी.च्या जागेवर चिकटवून दिले आहे ती जागा न जावो म्हणजे झाले. (पुन्हा टेलिफोनची घंटा. त्रासात्रासाने जाऊन टेलिफोनची नळी घेतो.) हं. काय आहे रे गोंद्या? तुला बेट्या उद्योग नाही दुसरा. काय म्हणतोस, रामभाऊला पाठविलं आहेस गुड्सनी? ठीक. शास्त्रीबुवांचं आज प्रवचन आहे. ते आटपून उद्या निघतील झाशीच्या दक्षिणी मंडळात सुधारकांच्या भ्रष्टाकारावर व्याख्यान द्यायला- तुझ्याकडे उतरतील बरं, फराळाला-

शास्त्रीबुवा (लड्डूपुरातले पाहुणे प्रवेश करून) :- काय, मास्तरसाहेब? काल मी अशी सोळा आणे उडवली या सुधारकांची! लुच्चे बेटे! यांना खाण्यापिण्याचा काही विधिनिषेध नाही. खुशाल परजातीच्या हातचं खातात-पितात. सहभोजन म्हणे! शिवाजी-बाजीरावांनी एवढी राज्यं कमावली ती काय सहभोजनं करून? (ढेकर देऊन) ओ या! गोविंद गोविंद! आजचा तुमच्या महाराष्ट्र समाजाचा बेत फारच चांगला होता बुवा. बृहन्महाराष्ट्राच्या प्रत्येक शहरात असा दक्षिणी समाज स्थापन झाला तर आमच्यासारख्या धंदेवाईक व्याख्यात्यांना महाराष्ट्रात परत जायची इच्छाच व्हावयाची नाही. अगदी अजीर्ण झालं बुवा!

धडफळे :- मग रिफ्रेशमेन्टमधलं सोडावॉटर घ्या की बाटलीभर! बिहारी, एक ग्लास सोडाआईस घेऊन ये. (रिफ्रेशमेन्ट रूम बॉय बिहारीलाल तबकावर ग्लास ठेवून शास्त्रीबुवांच्या पुढे धरतो.)

शास्त्री :- अरे, खाली रखो, खाली रखो. मेरेको शिवता है का? (तो खाली ठेवतो. शास्त्रीबुवा सोडा पितात.) हाच एखादा सुधारक असता तर या धेडाच्या हातून त्यानं ग्लास घेतलं असतं. वा! सोडा तर अगदी बेष आहे. मुंबईच्या ड्यूक कंपनीचा सोडा जसा कडक असतो -

धडफळे :- म्हणजे? शास्त्रीबुवा, आपण ड्यूकचा सोडा प्याला होता वाटतं?

शास्त्री :- अहो मास्तर, हे सुधारक हॉटेलांत जाऊन काय खातात-पितात, किती बहकले आहेत हे पाहायला मला त्यांच्यावर नजर ठेवायला मधूनमधून युरोपियन हॉटेलांत जावं लागतं. त्याशिवाय वस्तुस्थितिदर्शक प्रवचनं मला कशी

करता येतील? फारतर काय, युरोपियन लोकांचा धिंगाणा अन् त्यांच्या सुधारणांचा पिंगा पाहायला मी मधूनमधून बॉल्सनादेखील जातो खरा, पण श्रीकृष्णांनी सांगितल्याप्रमाणे माझी आसक्ती मात्र या धर्मावर नाही. काय समजला? शंकराचार्यांनीसुद्धा परकायाप्रवेश करून संसाराची सुखं अनुभवलीच की नाही?

नथोबा पार्सल क्लार्क (प्रवेश करून) :- साहेब, आज पाच पार्सलं हैदराबादहून आली आहेत. कालपासून पडली आहेत. मुंग्या येऊन खराब झाली तर रिस्पॉन्सिबल कोण?

धडफळे :- अरे, पण मुंग्या कशाला शिरतील पार्सलांत?

नथोबा :- वर चक्क लिहिलं आहे ढोबळ अक्षरांत स्वीटमीट (मिठाई) म्हणून न् मुंग्या न यायला काय दिवाण्या झाल्या आहेत? त्यापेक्षा साहेब, शास्त्रीबुवांची स्वारी आली आहे, आपण स्टेशनस्टाफमार्फत त्यांना फीस्ट देऊ म्हणजे झालं! वजन सारखं करायला फत्तर आहेतच. अख्खी बॅलस्ट ट्रेन शंटिंग करून राह्यली आहे यार्डमध्ये.

धडफळे :- बरं, जा. बोलावून आणा सगळ्या मेंबर्सना. (तो जातो.)

रामप्रसाद दुबे (लांब केस, तुळतुळीत दाढीमिशीवाले सिग्नलर येतात) :- काय साहेब, काय फर्मान आहे?

धडफळे :- बैस जरा आज. मिठाईची पाच बास्केट्स आली आहेत. आमच्या दक्षिणचे विद्वान शास्त्रीबुवा आहेत. त्यांना आपण फीस्ट देऊ (पोर्टर पाच करंड्या आणून ठेवतात. नथोबा, आणखी दोन नोकर येतात.)

रामप्रसाद :- बरं आहे, साहेब. मी फिफ्टीन डाउनच्या लाइन क्लियरचा इंतेजाम करून येतो.

धडफळे :- अरे, बैठ जाव. फिफ्टीन डाउन म्हणजे काही फॉरेन मेल लागून गेली नाही! आम्ही तर इथे पंजाब मेलला सिग्नलपाशी दहा-दहा मिनिटं कोकलत ठेवतो तर फिफ्टीन डाउनची काय कथा? हं. काढ. या करंडीत काय आहे? जिलब्या! वा! वा! फारच सुंदर! पुण्याच्या मॅरेज सीझनची आठवण होते या पाहून. आणखी हे काय बुवा? घीवर का धीवर म्हणतात ते दिसत आहे.

शास्त्री :- 'काय केलें जळचरीं, धीवर त्यांच्या घातावरी!' काय तुकोबांची वाणी आहे! नाहीतर आधुनिक कवी-कोणी फाटक्या जोड्यावर कविता करतो तर कोणी फुटकी तपेली पाहूनच पाघळायला लागतो. आता ही पार्सलं पाहूनच अमृतरायाच्या रसाळ वाणीची आठवण होते. 'दळे, मुगदळे, गुळपापडी, (एक लाडू खात) शंकरपाळे, घारगीं, धिरडीं, मालपुहे, अति साजूक नाजूक अमूप बरफी, सुस्वाद मनोहर मिटक्या देउनि, वसन ढिलावत सरळ कंठ आकंठ (सबंध लाडू तोंडात कोंबून) भरित!' याला म्हणतात विनोद. नाहीतर त्या कोल्हटकराचा

टारगटपणाच आजकाल विनोदाच्या नावाखाली विकला जात आहे. 'स्थान नसे अणुमात्र उदरीं धापा देत उताणे पडले- ' (खूप हसून विनोद उत्पन्न करतो.) बोला, एका तरी आजच्या कवीला पक्वान्नांवर कविता करता येईल काय?

कोचिंग क्लार्क :- अहो, या भुकेकंगाल कवींना भाजीभाकरी मिळायची पंचाईत. पक्वान्नं त्यांच्या नजरेला तरी (एक चकली खात) पडली पाहिजेत ना?

नथोबा :- सर्वच कुठे रेल्वे सर्व्हंट असतात? (मास्तर रागावून दृष्टी फेकतात. नथोबा गार होतो.)

शास्त्रीबुवा :- 'शिऱ्यासकट गट पुऱ्या, बऱ्या गुरवळ्या, काचोऱ्या सांजोऱ्या, सायसहित शेवाया, शर्करा पायस लुचया, मांडे पांडरवर्ण, पूर्ण पोळीया। घृतें घोळिल्या (एक मोठा बोकाणा भरून) द्विजें गीळिल्या, साखरफेण्या घिवर घारगे, मोतीचूर जिलेबी दळिया, सोळा हजार पदार्थ आले निजभाग्यें भोजनीं अन्नब्रह्मरसानुभवानें विप्र जेविला.' अन्न हेच ब्रह्म आहे. आणखी या ब्रह्मसुखाचा अनुभव तुम्ही या गरीब सुदाम्याला करून दिलात-

सर्व स्टाफ :- कसचं! कसचं!

रामप्रसाद :- और इस छाबडी में क्या है? ओ हो! ए तो पापड, पापडी, कुरडी, सांडगा! अपने रामभाऊला हा तेलाचा मिठाई लई आवडतो.

रामभाऊ (गुड्स क्लार्क) :- म्हणूनच मी तैलबुद्धी झालो आहे.

नथोबा :- म्हणून नाही काही. मागे तू बर्मा ऑईल कंपनीच्या टाकीतलं तेल लांबवलंस तेव्हापासून तैलबुद्धी-

धडफळे :- नथोबा, शट् अप. तू जर एवढा सत्यवादी लागून गेला असलास तर शाळामास्तर हो. रेल्वेतली नोकरी आमच्यासारख्या लबाड (शब्दावर जोर देऊन) लोकांकरिता आहे. आता तर बुवा आपलं पोट भरलं. (लांबून शिटी ऐकू येते.) अरे रामप्रसाद, तुझं पोट भरलं असलं तर आता सिग्नल दे. आज तो शापुरजी ड्रायव्हर आहे. महा कटकटी! बाकी त्यालाही यातला थोडा प्रसाद देऊ म्हणजे गप्प बसेल.

रघुवीर पोर्टर :- मास्तरसाब, हमकुबी कुछ खिलाव पार्सलका प्रसाद.

धडफळे :- नथोबा, या लोकांना कागदावर थोडं थोडं सगळं द्या वाटण्या करून अन् बाकीच्याचे पुडे बांधा; घरी घेऊन जाऊ. (नथोबा तसे करतो. इतक्यात दोनचार इसम फेटेवाले, मलमलीचे सद्रे व गुडघ्याइतकी धोतरे नेसलेले येतात.)

१ ला इसम :- साहेब, पार्सलमास्तरसाहेब कुठे आहेत?

नथोबा :- मी आहे. बसा जरा.

शास्त्री :- मास्तरसाहेब, खाऊन खाऊन प्राणांतिक अवस्था आली! आता सोडावाटरची लज्जत पाहिली पाहिजे. (मास्तर सोडा आणवितात. सर्व पितात.)

आता स्टेशनस्टाफ एखाद्या बाटग्या सुधारक क्लबसारखा दिसतो आहे! 'वेष असावा बावळा । परी अंतरीं नाना कळा!' असा बावळा पोशाख करून सुधारकांची बिंगं फोडली पाहिजेत.

२ रा इसम :- (पहिल्यास) असं, हे तर आपलेच पार्सल दिसतात! (नथोबास) पार्सलसाहेब, ही रसीद घेऊन आमचे पाच पार्सल देऊन द्या ना. नाही तो कीडीबीडी येईल.

नथोबा :- कसली पार्सलं आहेत तुमची?

१ ला इसम :- मिठाई आहे साहेब. हैदराबादेकडून आमचे सगे आहेत त्यांनी भेजून दिले आहेत. (नथोबा चपापतो.)

नथोबा :- इकडे द्या रिसीट. (त्यांना शिवू न देता जमिनीवर रिसीट ठेवून व ती उचलून) अरे, हीच ती पार्सलं! या गद्ध्यांना आताच यायला फावलं! काय रे, तुम्हाला लेट झाला म्हणून रेल्वेच्या कायद्याप्रमाणे आम्ही या करंड्या फोडून टाकल्या. (ते निराश होतात.) कोण रे, तुम्ही कोण लोक आहात?

१ ला व ३ रा इसम :- आम्ही मेहतर आहो, साब.

शास्त्री :- मेहतर म्हणजे? महत्तर की काय?

३ रा :- मेहतर म्हणजे भंगी. (शास्त्रीबोवांचे डोळे पांढरे होतात. स्टेशनस्टाफला विजेसारखा धक्का बसतो.)

धडफळे :- बरं झालं तरी तुमचे हात अजून या पार्सलांना लागले नव्हते. अरे, पण ही पार्सलं चांगल्या लोकांनी तरी धाडली होती ना?

शास्त्री :- (काकुळतीने) अरे, 'होय' म्हणा रे!

१ ला मेहतर :- चांगल्या लोकांनी म्हणजे? माझे सगेसोयरे काय वाईट आहेत? अहो, हैदराबादच्या नबाब सदरत-उल-मुल-नबाबखां बहादरसाहेबांच्या मुलाची शादी झाली. दहा हजार लोक मेजवानीस आले होते! नुसत्या उष्ट्यावर हजार भिकार पोसत होतं! त्यांच्या मेजवानीत उरलेले जिन्नस त्यांनी वाटून टाकले. आमच्या सग्यासोयऱ्यांनाबी मिळाले. पण आमची आठवण ठेवून त्यांनी आम्हाला पार्सल धाडले.

२ रा :- पण आमच्या नशिबात कुठलं असं सोन्यासारखं अन्न खायला? ठेसनावर मास्तर लोकांनीच पार सप्पा उडवला.

शास्त्री :- (दुःखाने छाती बडवीत) हाय हाय! अरे, ह्या जिनसा फराळाच्या होत्या असं तरी म्हणा रे! मुसलमानाच्या मेजवानीतले उष्टे पदार्थ भंगी लोकांनी घेतले न् आम्ही ते आवडीने पोटात ढकलले. जळो ते जिव्हालौल्य! ह्या जिभेला किडे का नाही पडले?

नथोबा :- रेल्वे सर्व्हटांनो, पार्सल फोडण्यापूर्वी नीट विचार करीत जा. नाहीतर

पश्चात्ताप करण्याची पाळी येईल.

शास्त्री :- आता पश्चात्तापानं काय व्हायचं आहे? सक्षौर प्रायश्चित्त घ्यावे लागेल काशीस जाऊन! बाकी डॉ. केतकर म्हणतात त्याप्रमाणे ती तरी आमची जाहिरातच होईल.

धडफळे :- आता यंदा आम्ही देशी जाणार होतो पास घेऊन; त्याबद्दल काशीसच जावं लागणार! अन् या गलमिशा (त्यांच्यावरून हात फिरवीत) अन् हे केस! त्यांच्यावरून वस्तरा फिरणार! शिव शिव!

रामप्रसाद :- और मेरी भी उमदी दाढी और मूछी गंगा में डुब जावेगी!

नथोबा :- कुछ फिकीर नही. या जमान्यात दाढीमिशा ठेवायच्याच नसतात. बरं झालं आयती संधी आली दाढीमिशा काढायची. एकदा काढल्या की, पुन्हा वाढवायला नकोत!

मेहतर :- पण आमचे पार्सल, साहेब?

नथोबा :- ही घ्या (रिकाम्या करंड्या देतो.) आत फत्तर घालायचे राहिले ते घ्या तुम्हीच भरून. बालाष्ट गाडी सायडिंगवर उभी आहे.

मेहतर :- चला रे चला. ही बातमी गावभर पसरू अन् पाहू यांना जातीत कोण ठेवतो ते!

शास्त्री :- अरे, नको, नको! पाया पडतो - (सर्व स्टाफ विनंती करतो, पण ते तसेच चालते होतात. शास्त्रीबुवा 'हाय रे देवा!' करीत पडतात. सगळा स्टाफ चिंतामग्न होतो.)

स्थल :- श्री क्षेत्र काशी, दुर्गाघाट. पहिल्या प्रवेशातील सर्व पात्रे आपल्या देहांतून उमदे केशकलाप व मिशा- रामप्रसादाच्या बाबतीत दाढी- वजा देऊन प्रायश्चित्त विधीस बसले आहेत, असे दृश्य दिसते. या प्रवेशात भाषणे करण्यासारखी मन:स्थिती राहिली नाही म्हणून हा मूकप्रवेश दाखवून पडदा पाडणे भाग आहे. असा मूकप्रवेश घालण्याचा उपक्रम आम्हीच प्रथम केला आहे.

◆

गुंड्याभाऊचे दुखणे

परिचय

आधुनिक काळात विज्ञानाच्या प्रगतीमुळे मनुष्याच्या सुखसोयींची साधने जशी अनंत पटींनी वाढली तसे मानवी शरीराला होणाऱ्या विविध विकारांची परीक्षा करण्याचे मार्ग आणि त्या रोगांवरले उपचार यातही विलक्षण भर पडली. वैद्यकशास्त्रात गेल्या पन्नास वर्षांत एक प्रकारची क्रांतीच झाली आहे, असे म्हणायला हरकत नाही. या क्रांतीमुळे प्रत्येक रोगाची आता अतिशय सूक्ष्म चिकित्सा होऊ शकते. सध्या प्रत्येक विकाराचे निरनिराळे तज्ज्ञ निर्माण झाले आहेत, याचे कारण ज्ञानाची सूक्ष्मता हेच आहे. या सर्व गोष्टी मानवजातीला अधिक सुखी करण्याच्या दृष्टीने इष्ट अशाच आहेत. पण मनुष्याचे मोठे दुर्दैव हे आहे की, त्याची बुद्धी जे कमावते ते वासना आणि विकार यांच्या आहारी गेल्यामुळे त्याला गमावून बसावे लागते. वैद्याने रोग्यांकडून मोबदल्यादाखल काहीही घेऊ नये असा प्राचीन भारतीय संस्कृतीत एक दंडक होता. आपले ज्ञान मानवजातीच्या सेवेकरिता आहे, अशा भावनेने ज्यावेळी मनुष्य वागत असतो त्याच वेळी त्याच्या हातून त्या ज्ञानाचा विकास होण्याचा आणि त्याचे पावित्र्य सांभाळले जाण्याचा संभव असतो. पण कुठल्याही धर्माला एकदा धंद्याचे स्वरूप आले की, सेवा हा हळूहळू त्यातला गौण भाग बनतो. साहजिकच त्या सामाजिक व्यवहारातली माणुसकी लोप पावून तिथे पैशाला मोठे आणि महत्त्वाचे स्थान प्राप्त होते. या द्रव्यपूजेमुळे मोठमोठ्या शहरांतल्या वैद्यकीच्या धंद्यात नवीन पद्धतीची बुवाबाजी कशी निर्माण झाली आहे आणि बुद्धिवान माणसे संशोधक व जनसेवक होण्याऐवजी आपल्या ज्ञानाचा अप्रामाणिकपणाने कसा विक्रय करीत आहेत, हे चिंतामणरावांनी या लेखात मोठ्या मार्मिकपणाने दिग्दर्शित केले आहे. वैद्यकीच्या धंद्याची ही फक्त काळी बाजूच आहे हे खरे, पण ती जितकी काळी तितकीच सत्य आहे!

एकदा रविवारला जोडून कसली तरी दोन दिवसांची सुट्टी आली होती. गुंड्याभाऊ आणि मी जिवाची मुंबई करण्याकरिता तेथे गेलो. वास्तविक मुंबईस सौ. चिमूताईचे बिऱ्हाड असल्याने तेथेच आम्ही उतरावयास पाहिजे होते. पण कोणाच्या घरी उतरल्याने आपल्याला पाहिजे तितकी स्वतंत्रता मिळत नाही, म्हणून आम्ही बोरीबंदराजवळ असलेल्या अमीर महाल नावाच्या पथिक निवासात उतरलो.

आम्ही रात्री आठ वाजता मुंबईस पोहोचलो. अमीर महालातील सुग्रास भोजनावर भरपूर ताव मारून आम्ही रात्री नाटकाला गेलो. नाटक संपल्यानंतर बर्फमिश्रित लिंबाचे वायाळ सरबत प्राशन केले. नंतर ट्रामगाडीच्या वरच्या मजल्यावर बसून अमीर महालात परत आलो. असल्या कुपथ्याने दुसऱ्या दिवशी सकाळी गुंड्याभाऊला दहा-वीस शिंका आल्या आणि प्रकृतीबद्दल तितक्याच शंका आल्या. जरा कमीजास्ती झाले की, गुंड्याभाऊची तब्येत बिघडे. मी अशक्त असून, मला मात्र काही होत नसे. कारण गुंड्याभाऊ पुष्कळ आहे आणि मी थोडा आहे. रोगाला मी पुरत नाही. गुंड्याभाऊचा देह रोगजंतूंच्या तोंडाला पाणी आणतो.

मी म्हणालो, ''गुंडू, आजचं लक्षण बरं दिसत नाही. इथं परक्या ठिकाणी तू आपली प्रकृती बिघडवून घेतलीस तर तुझी निगा राखायलादेखील कुणी नाही. अमीर महालाच्या व्यवस्थापकाला विचारून एखाद्या चांगल्या डॉक्टराचं औषध घेऊन आलं पाहिजे.''

आम्ही निवासाच्या व्यवस्थापकाकडे चांगल्या डॉक्टराचे नाव विचारले. व्यवस्थापकांनी सांगितले, ''आमच्या मुंबईत दोन प्रकारचे डॉक्टर आहेत. काही जण विलायतेत जाऊन पुस्तकांचे डॉक्टर होतात, तर काही औषधांचे. डॉक्टर आंबेडकरांना कोयनेलचेदेखील गुणधर्म माहीत आहेत की नाहीत कोण जाणे! कित्येक कॉलेजांतसुद्धा डॉक्टर म्हणून मिरविणारे प्रोफेसर आहेत! आता तुमच्या गुंडोपंतांना आजार झाला आहे, त्याला असले डॉक्टर उपयोगी नाहीत. आमच्या इमारतीच्या तळमजल्यावर डॉक्टर त्रिवेदी फार हुशार डॉक्टर आहेत. त्यांच्याकडून तुम्ही औषध घेऊन या.''

आम्ही चार जिने उतरून तळमजल्यावरील त्रिवेदी डॉक्टरांच्या दवाखान्यात जाऊन रिकाम्या बाकावर बसलो. डॉक्टरसाहेब तरुण व गोरेगोमटे दिसत होते. एका हातात त्यांनी एक कादंबरी धरली होती आणि दुसऱ्या हातात पंखा होता. आम्ही त्यांच्यासमोर जाऊन बसलो. त्यांचे लक्ष वेधण्यासाठी खाकरलो, पण दोन-तीन मिनिटे त्यांनी बेपर्वाईचा आव आणला. मग पुस्तकातील प्रकरण संपविल्यासारखे करून त्यांनी ते खाली ठेवले आणि मजकडे पाहून विचारले, ''काय रावसाहेब, काय होतं आहे तुम्हाला?''

गुंड्याभाऊ शेजारी असताना मी नेहमी आजाऱ्यासारखा दिसत असे. मी तोंडाने

उत्तर न देता गुंड्याभाऊकडे अंगुलिनिर्देश केला.

"आपण आजारी आहात वाटतं?" त्यांनी गुंड्याभाऊस विचारले.

"हे बघा डॉक्टर, तसा मी काही फारसा आजारी नाही. पण परक्या ठिकाणी आलो आहे; तेव्हा थोडं कारण झालं तरी सावधगिरी बाळगली पाहिजे."-गुंड्याभाऊ.

श्वासमापक नळी हाताळीत डॉक्टर म्हणाले, "अरे बाबा, तुम्ही मुंबईतला नाही हे तुमची तन्दुरुस्तीच सांगती आहे. तुमच्यासारखा तगडा माणूस मुंबईत येऊन वर्ष झाला नाही तोच कृष्ण-सुदामा बनून जाईल. अरे, हत्तीइतकी मोठी जाफराबादी म्हैस आमचा लोक मुंबईत आणतो, तिचीबी हाडं सहा महिन्यांत बाहेर दिसायला लागतात! बरं, पण तुम्हाला काय अजीरण झालं आहे?"

"अजीर्णच नाही, पण काल गेलो होतो नाटकाला-" गुंड्याभाऊ.

गुंड्याभाऊच्या छातीला श्वासमापक नळीचे तोंड चिकटवून डॉक्टर म्हणाले, "ते काही सांगू नको. तुम्ही बाहेरगावचे तात्या लोक मुंबईला आले की, नाटकाला जायचे, सिनेमा पाहायचे, चौपाटीवरच्या वाळूत लोळायचे, हॉटेलात जाऊन भजीया खायचे, आइसक्रीम-कोल्डड्रिंकवर हात मारायचे, ट्राममधून रखडायचे- हे सगळं ठरलेलं आहे. आमच्या काकाचं काय नुकसान आहे? तुम्ही लोक असा नाही करेल तर आमचा धंदा कसा चालेल?"

आपला कार्यक्रम डॉक्टरांनी बिनचूक सांगितलेला पाहून गुंड्याभाऊस आश्चर्य वाटले. "जरा पडसं-खोकला झाला आहे, नाही डॉक्टर?" त्याने आशेने विचारले.

डॉक्टर श्वासनलिकेतून गुंड्याभाऊच्या आतले आवाज गंभीरपणे ऐकत होते. त्यांचा चेहरा काळजीने ग्रासल्यासारखा दिसू लागला. "रावसाहेब, ताप येतो का तुम्हाला?" त्यांनी श्वासमापक नळी बाजूला ठेवीत विचारले व तापमापक नळी त्याच्या खाकेत खुपसली. आपल्याला ताप येत नाही असे गुंड्याभाऊ ठासून सांगत असता त्यांनी ती नळी बाहेर काढली आणि तिजवरील आकडा बघून आश्चर्याने जीभ बाहेर काढली. "अठ्ठ्याण्णव दशांश चार!" ते उद्‌गारले.

"हा तर सामान्य अंक आहे, डॉक्टर!" मी म्हणालो.

"अरे, सामान्य कसला आला आहे, तात्या? हा मांसाहारी माणसाचा सामान्य आहे. हिंदुस्थानातल्या शाकाहारी मनुष्याचं उष्णतामान स्वभावत:च सत्त्याण्णववर असत नाही. बारीक ज्वर मुरला आहे, रावसाहेब, तुमच्या अंगात! उंदीर जसा हळूहळू न जाणवता घर पोखरतो, तसा ज्वर तुमचं सशक्त शरीर पोखरत आहे."-डॉक्टर.

"माझं शरीर अन् रोग पोखरत आहे?" तिरस्काराने दात काढून गुंड्याभाऊ म्हणाला, "अहो डॉक्टर, माझं वजन २१२ पौंड आहे. सध्या दरसाल दहा पौंड तरी वाढत आहे. हे का पोखरलं जाण्याचं लक्षण आहे?"

डॉक्टरने एखादी गोष्ट डोक्यात घेतली की रोगी काही सांगो, डॉक्टर आपले म्हणणे सोडीत नाही. "ही तर देहाची सूज आहे सूज! खरी ताकद नाही. नुसती चरबी वाढत आहे. तुमचं ब्लडप्रेशर किती आहे?" त्यांनी विचारले.

गुंड्याभाऊने ब्लडप्रेशर हे शब्द कधीच ऐकले नव्हते आणि मी पत्नीच्या दुखण्यातच काय ते ऐकले होते. डॉक्टरांनी त्याच्या दंडाला ब्लडप्रेशर मोजण्याचे घड्याळ बांधले आणि त्यातील संख्या पाहून दचकल्यासारखे करून त्याला सांगितले, 'च्- च्! तुम्हाला हाय ब्लडप्रेशर झालं आहे. तुम्ही सायकलवर बसू नको, मेहनत करू नको अन् जिने चढू नको; उतरायला हरकत नाही. हाय ब्लडप्रेशर झालेल्या माणसानं सर्वदा मरायला तयार राह्यलं पाहिजे. 'ग्रहीत इव केशेषु मृत्युना-' असं वागायला पाहिजे."

यमदूत आपल्या इतक्या सन्निध येऊन ठेपले आहेत अशी गुंड्याभाऊला कल्पना नव्हती. काळजीने त्याच्या तोंडचे पाणी पळाले. आम्ही दोघे कावऱ्याबावऱ्या चेहऱ्यांनी एकमेकांकडे पाहू लागलो. इतक्यात त्याला खोकला आला. घशाशी अगदी खाकरा येऊन तो खोकला. खोकल्याचा आवाज लक्षपूर्वक ऐकून डॉक्टरांनी क्षितिजसमांतर रेषेत मान हलवली आणि नापसंतिदर्शक आवाजात म्हटले, "छे-छे! हा खोकला अशुभसूचक आहे. तुम्हाला टी.बी.ची भावना झाली आहे, रावसाहेब."

"फार पुढं गेलेली अवस्था तर नाही ना?" मी विचारले.

"घाबरण्याचं कारण नाही. ही रोगाची प्रथमावस्था आहे. योग्य काळजी घेतल्यास आताच त्याचा बीमोड करता येईल." असे यमराजसहोदरांनी आश्वासन दिले.

"कसंही करा, पण मला वाचवा, डॉक्टरसाहेब! बरं झालं, मी मुंबईला आलो म्हणून माझा टी. बी. उघडकीस आला! पुण्याचे कुटुंबवैद्य राजाभाऊ आहेत, त्यांना आमची प्रेतयात्रा निघेपर्यंत आमच्या रोगाचं निदान करता आलं नसतं!" गुंड्याभाऊ काकुळतीने म्हणाला.

"पुणा अने मुंबई या ठिकाणच्या वैद्यकीय ज्ञानात एका दसकडीचा फरक असायचाच."- डॉक्टर.

"म्हणूनच पुण्याला आम्हाला औषधपाणी फुकटात मिळतं, पण मुंबईत नुसतं डॉक्टरचं तोंड पाहायला दहा रुपये फी पडते!"- मी.

माझ्यावर रागावून डॉक्टर म्हणाले, "दसकडीचा असा अर्थ नाही. मुंबईच्या डॉक्टरला १९२१ सालात जे ज्ञान होतं ते पुण्यात पोचायला १९३१ साल उजाडतं."

"म्हणूनच पुण्यातलं साधारण आयुर्मान मुंबईतल्या माणसाच्या आयुर्मानापेक्षा

दहा वर्षांनी अधिक असतं.''- मी.

''तुम्ही पुण्यातले लोक डहापण करण्यात अनावळे लोकांवर नंबर मिळवता! तुम्ही असं करा, परळला डॉक्टर यमाजी भास्कर राहतात. त्यांच्याकडून तुमची थुंकी तपासून घ्या. तुमच्या खोकल्यावरून रोगाचं बीज घशात आहे असं मला वाटतं. थुंकी तपासण्याची फी पंचवीस रुपये आहे. घाबरू नको. माझी चिठी घेऊन जा, एटले ते वीस रुपयामध्ये तुमचं काम करतील. थुंकीचा रिपोर्ट घेऊन या म्हणजे मला तुमच्या टी. बी. विषये बराबर निर्णय सांगता येईल.'' डॉक्टर म्हणाले.

''अरे बाप रे! थुंकी तपासायचे वीस रुपये! या त्याज्य पदार्थाच्या तपासणीला इतकी किंमत पडू लागली आं!'' गुंड्याभाऊ उद्गारला.

''हे थुंकीचं महत्त्व नसता तुमच्या जिंदगीचं आहे. अहो, जिवाकरिता (पेक्षा) वीस रुपये फार आहेत?'' डॉक्टर बोलले.

आम्ही आपसांत विचार करून गुंड्याभाऊची थुंकी तपासून घेण्याचे ठरविले. परंतु या कार्याकरिता लागणारे वीस रुपये कोठून आणायचे? आम्ही चि. सौ. चिमूताईचे यजमान रा. आत्मारामपंत यांजकडे पैसे उसने मागितले! पण त्यांच्याजवळ वीस रुपये काय, पण वीस दुगाण्यादेखील शिल्लक नव्हत्या! मात्र त्यांनी सुचविले, ''गुंड्याभाऊ, तुम्ही आपल्या आत्याबाईंच्या पाटल्या मजजवळ दिल्या आहेत, त्या सराफाकडे गहाण टाकून वीस रुपये उसने देववतो.''

आत्मारामपंतांच्या सूचनेवरून पाटल्या गहाण ठेवून वीस रुपये घेऊन आम्ही अमीर निवासपाशी परत आलो. चार जिने चढल्याशिवाय वर खोलीत पोचायचे कसे, हा प्रश्न आमच्यापुढे उभा राहिला. कारण जिने चढण्याचे श्रम करू नका, असे डॉक्टरनी बजावले होते. सुदैवाने जिन्याच्या पायथ्याशी दोन पाटीवाले मजुरी करून खाली उतरत होते. त्यांच्याशी ठराव करून आठ आणे मजुरी देऊन गुंड्याभाऊचे बंगाली अडीच मणाचे ओझे आमच्या खोलीत नेऊन सोडले.

दुसऱ्या दिवशी सकाळी थुंकी तपासण्यासाठी आम्ही दोघे परळास डॉक्टर यमाजी भास्कर, डी. पी. एच. (विगॅम), थुंकी आणि खाकरे यांचे निष्णात यांच्या दवाखान्यात गेलो. आत शिरताच एक मोठे दालन लागले. त्यात वीस-बावीस स्त्री-पुरुष डॉक्टरांच्या बोलावण्याची वाट पाहत होते. जाऊन तेथे बसल्यावर थोड्याच वेळात एका पट्टेवाल्याने येऊन मला कानात सांगितले, ''त्या खिडकीशी जाऊन नंबर घ्या, मिस्टर.'' दालनाच्या एका कोपऱ्यात सिनेमा-गृहातील तिकीटविक्रीच्या खिडकीसारखी एक खिडकी होती. तीत नटूनथटून बसलेल्या मनुष्याजवळ मी नंबर मागितला. नंबरचा बिल्ला पुढे करून तो मनुष्य म्हणाला, ''पाच रुपये, प्लीज!''

''कशाचे रे बाबा?'' मी विचारले.

''अर्थात नंबराचे. नंबर असल्याशिवाय डॉक्टरसाहेबांच्या चेंबरमध्ये कुणाला

प्रवेश मिळत नाही.''

''घेशील नंबर तर भेटेल चेंबर'' असे काव्य रचीत मी पाच रुपये देऊन त्याच्याकडून नंबर घेतला आणि गुंड्याभाऊजवळ बसून मेजावर पडलेले वर्तमानपत्र वाचू लागलो. चेंबरच्या दाराशी पट्टेवाला उभा होता. आत गेलेले रोगी बाहेर येताच पुढला नंबर तो पुकारीत असे. दीड-दोन तास मार्गप्रतीक्षा केल्यावर आमचा नंबर लागला. आम्ही आत जाऊ लागलो तेव्हा पट्टेवाल्याने नंबर परत मागितला.

''तुझ्या बापाने ठेवला आहे नंबर! नगद पाच रुपये देऊन विकत घेतला आहे मी!'' असे ठासून उत्तर देऊन आम्ही आत शिरलो. डॉक्टरसाहेबांचा भव्य काळाभोर देह आणि उग्र चर्या पाहून त्यांचे यमाजी भास्कर हे नाव सार्थ आहे असे आम्हाला वाटले.

''डॉक्टर त्रिवेदींनी ही चिठी दिली आहे''- मी.

''बसा पाहू या खुर्चीवर.'' रोग्याच्या खुर्चीकडे निर्देश करून ते मला म्हणाले. पण मी रोगी नसून माझा मल्लसोबती तसा असल्याचे त्यांना सांगितले.

''स्वरूपं फसवी असतात! तुम्ही बसा वस्ताद! प्रत्यक्ष भीमसेन झाला तरी त्याला राजवैद्याची आवश्यकता होतीच!'' त्यांनी उद्गार काढले. नंतर त्यास म्हटले, ''तुम्ही जरी बाह्यत: सशक्त असला तरी रोगाचे जंतू घरभेद्या फितुर्‍याप्रमाणे तुमचं शरीर ढासळून पाडीत असतात. मी तुमच्या थुंकीचं पृथक्करण करून रिपोर्ट देतोच, पण थुंकीत जंतू नसले तरी ते शरीरात नसतात असं नाही.''

''दोन नकारांचा छेद जातो. 'असतातच, असं आहे' असं का नाही म्हणत?'' मी विचारले.

''ही शास्त्रीय प्रयोगशाळा आहे, कॉलेजातील वादशाळा नाही.'' असे रागाने मला दाबून ते म्हणाले, ''ही निगेटिव्ह परीक्षा आहे. तुम्ही केवळ हिच्यावर अवलंबून न राहता गुरुकुल हॉस्पिटलमध्ये प्रो. रुधिरप्रिय आहेत त्यांच्याकडून रक्त तपासून घ्या. म्हणजे तुमच्या रक्तात जंतुविरोधी तत्त्व निर्माण झालं आहे की नाही, ते सांगतील. त्यांची फी काही फार नाही. फक्त पंधरा रुपये आहे. पण माझी चिठी घेऊन जा, म्हणजे साडेबारा रुपयांतच तुमचं काम होईल.''

हा नवीन खर्चाचा आकडा ऐकून गुंड्याभाऊचा चेहरा क्षणभर फिका पडला. डॉक्टरांनी त्यास बाजूला नेऊन त्याची थुंकी घेतली व दुसर्‍या दिवशी येऊन बाकीचे पंधरा रुपये भरून रिपोर्ट घेऊन जाण्यास सांगितले.

दुपारी सराफाकडे जाऊन आणखी साडेबारा रुपये उसने घेतले. पुण्याला पत्रे लिहिली आणि आम्ही चौपाटीवर गुरुकुल हॉस्पिटलमध्ये गेलो. शिपायाने आम्हाला एकदम प्रयोगशाळेत प्रोफेसरांकडे नेले. त्यांच्यापुढे साडेबारा रुपये ठेवून गुंड्याभाऊ म्हणाला, ''प्रोफेसरसाहेब, डॉक्टर यमाजी भास्करांनी ही चिठी दिली आहे.''

“आणखी हे साडेबारा रुपये आमच्या हॉस्पिटलच्या मदतीकरिता पाठविले आहेत, नाही का? फारच दयाळू आहेत यमाजी भास्कर! जरा बसा. तडकाफडकी रक्त तपासून दहा मिनिटांत रिपोर्ट लिहून देतो.” असे म्हणून प्रोफेसरांनी गुंड्याभाऊच्या दंडातील रक्ताचे दोन थेंब काढून ते काचेला लावून ती काच सूक्ष्मदर्शकात ठेवली. काचेचे निरीक्षण करता करता आनंदाने टाळ्या वाजवून ते ओरडले, “पोरांनो, इकडे या. धावा.”

त्यांची हाक ऐकताच पलीकडील दालनातून पांढरी मळवस्त्रे पेहरलेले चार-पाच विद्यार्थी आणि विद्यार्थिनी तेथे “काय, सर?” असे ओरडत धावत आल्या. “पोरांनो, आज हा फारच चांगला नमुना मिळाला आहे ताज्या रक्ताचा. इतकं चागलं, निरोगी, दाट आणि सर्व जीवनसत्त्वं समप्रमाणात असणारं रक्त मी जन्मात पाहिलं नव्हतं! तुम्हीही या रक्ताचं पृथक्करण करून पाहा.” त्यांनी विद्यार्थ्यांना सांगितले.

“अवश्य, अवश्य! अशी संधी क्वचितच येते!” असे उद्गारून सर्वांनी गुंड्याभाऊला गराडा दिला आणि तो ओरडत असता प्रत्येकाने त्याच्या शरीरातील रक्ताचे दहा-दहा थेंब काढले. प्रोफेसरसाहेब खूश होऊन म्हणाले, “हा घ्या माझा रिपोर्ट. तुमच्या रक्तात कोणताही दोष नाही. गंगाजलाप्रमाणे ते पवित्र आहे. अर्थात तुमची विकृती आतल्या इंद्रियांत कुठंतरी असली पाहिजे. मी काही डॉक्टर नाही. पण मला वाटतं तुम्ही ‘क्ष’ किरणांनी आपल्या आतड्याचा फोटो काढून घेतला तर रोगाचा बरोबर पत्ता लागेल. ‘क्ष’ किरणांचा फोटो म्हणजे यमाच्या राज्यातलं गुप्त पोलीसखातंच आहे म्हणा ना! छपून बसलेलं रोगबीज हटकून पकडतो ‘क्ष’ किरणाचा फोटो!”

“तुमच्या हॉस्पिटलमध्ये व्यवस्था आहे का त्याची?” मी विचारले.

“आमच्याकडे ‘क्ष’ किरणांचं साहित्य नाही, पण कोटामध्ये उदवाडा नर्सिंग होम आहे, तिथं ते आहे. तिथले किरणनिष्णात डॉक्टर बरजोरजी फोटोग्राफर फार चांगले आहेत. ‘क्ष’ किरणाला तीस रुपये आकार पडतो, पण माझ्या नावाचं कार्ड घेऊन जा म्हणजे पंचवीस रुपयांत काम होईल. असे डोळे पांढरे करू नका.” प्रो. रुधिरप्रिय गुंड्याभाऊच्या तोंडाकडे पाहून म्हणाले.

“डोळे पांढरे करू नको तर काय कायमचे मिटवून टाकू? अहो, प्रोफेसरसाहेब, ह्या माझ्या मित्राच्या लग्नात आम्ही सगळ्या नातेवाइकांचा वीस माणसांचा फोटो साडेचार रुपयांत काढवला. पोपट, कुत्रा आणि म्हैस यांच्यासकट! आणखी नुसत्या फुप्फुसाच्या फोटोला पंचवीस रुपये? हा अंदाज ऐकून डोळे पांढरे होतील नाही तर काय?” गुंड्याभाऊ म्हणाला.

“नुसते साधे फोटो काढणं आणि ‘क्ष’ किरणाचे फोटो काढणं यात फार अंतर

आहे, रावसाहेब! 'क्ष' किरण तुमच्या अंगरख्याच्या आत, सदऱ्याच्या आत, कातडीच्या आत शिरून तुमच्या फुप्फुसाचा, काळजाचा अन् आतड्याचा फोटो उमटवितात. कुठं काही बिघाड असेल तर तो ताबडतोब समजतो.'' - प्रो. रुधिरप्रिय.

कोटी करण्याची अनावर लालसा होऊन मी विचारले, ''काळीज उलटं असेल तर तेही समजत असेल 'क्ष' किरणांनी?''

माझ्या बोलण्याकडे लक्ष न देता प्रोफेसर पुढे म्हणाले, ''पोटात सुई, टाचणी, चवली, पावली गिळली गेली असली तरी ती 'क्ष' किरणाच्या फोटोत ताबडतोब स्पष्ट दिसते.''

''तर मग आमच्या म्युनिसिपालिटीचे जकात इन्स्पेक्टर खवखवे म्हणून होते त्यांना पैसे खाण्याची फार सवय होती; त्यांनी खाल्लेले पैसेदेखील 'क्ष' किरणांनीच उघडकीस आले असतील?'' गुंड्याभाऊने शंका प्रदर्शित केली.

''शक्य आहे. बरं आहे, आता वेळ न घालवता तुम्ही उदवाडा हॉस्पिटलमध्ये जा. आम्ही आपल्या उद्योगाला लागतो. जय दयानंद!'' असे म्हणून प्रोफेसरांनी आम्हाला रजा दिली.

अंगातून गेलेले पसाभर रक्त व त्याचबरोबर धन्वंतऱ्यांनी चालविलेल्या रक्तशोषणाची चिंता, यायोगे गुंड्याभाऊ एका दिवसात अर्धा उरला. रात्री अमीर निवासातील पाहुणेबंधूंनी आमच्याकडे पाहून ''या लोकांनी चांगलीच जिवाची मुंबई चालवली आहे!'' असे उद्‌गार काढले. पण आमच्या जिवाची मुंबई होत होती का सोनापूर.... ते आमचे आम्हालाच माहीत!

दुसऱ्या दिवशी सकाळी आम्ही आत्मारामपंतांकडे गेलो आणि त्यांना ह्या 'क्ष' किरणांच्या नवीन झेंगटाची माहिती दिली. ते म्हणाले, ''इतका खर्च करून टी. बी. आहे की नाही हेच सिद्ध होणार. उपाययोजना तर त्यानंतर! यापेक्षा टी. बी. आहेच असं गृहीत धरून औषधयोजना केलेली बरी नाही का?'' आत्मारामपंतांची ही कल्पना आम्हाला पसंत पडली. आम्ही डॉ. त्रिवेदी यांच्यासमोर ताबडतोब ती मांडली. तेव्हा ते म्हणाले, ''छे छे, ते सशास्त्र होणार नाही. समजा, तुम्हाला क्षय झालेला नसून क्षयाची ट्रीटमेंट दिली तर आमच्या वैद्यकीय धंद्याला नामुष्की आणणारी वस्तू आम्ही केली असं होईल. आपल्या जिंदगी (आयुष्या)करिता दीडदोनशे रुपये काय अधिक आहेत? तुम्ही लोक लग्नात जमाई रुसला की, शे-दोनशे रुपयांवर सहज फुंकर मारता, पण डॉक्टर लोकांनी औषधाच्या सहा आण्यांचे आठ आणे केले, नाहीतर व्हिजिट-फीच्या दोन रुपयांचे तीन रुपये केले की मोठमोठ्याने बोंब पाडता!''

पुन्हा एकदा सराफाकडून पंचवीस रुपये उसने काढले. आठ तोळ्यांच्या

पाटल्या त्याच्याकडे गहाण टाकलेल्या असल्याने त्यावेळच्या भावाप्रमाणे दोनशे रुपयांपर्यंत उसनी रक्कम मिळण्यास काहीच अडचण नव्हती. रुपये घेऊन आम्ही उदवाडा नर्सिंग होममध्ये गेलो. फोटो घेतला. संध्याकाळी तो परिपक्व करून देतो असे किरणशास्त्रज्ञ डॉ. फोटोग्राफरनी सांगितले. संध्याकाळी परिपक्व प्रत त्यांनी आम्हाला दाखविण्यास भिंतीला टांगली व म्हटले, "हे बघा मिस्टर तुमचं फुप्फुस. तुमचे डॉक्टर त्रिवेदी काय तो निकाल देतीलच. पण मी थोडा नॉनऑफिशिअल बात सांगतो. तुमच्या फुप्फुसांमधी काही बी दरद दिसत नाय. पण बहुतकरून तुमचे दात बिघडलेले असेल. पाहू, जरा 'आ' करा!"

गुंड्याभाऊने 'आ' केला. त्याच्या दातावर टिचक्या मारून आणि त्याला ओरडायला लावून डॉक्टर व्यथित अंत:करणाने म्हणाले, "तुमचं शरीर हर्क्युलसप्रमाणं मजबूत आहे, फुप्फुस कोऱ्या टाचणीसारखं निर्मळ आहे, पण तुमच्या दाताला पायोरियाची बाधा झाल्यासारखी दिसते. त्यातल्या त्यात उजव्या बाजूचे खालचे सात अने आठ नंबरचे दात फार खराब झालेले दिसतात. पण मी दुसऱ्याच्या क्षेत्रावर कशाला आक्रमण करू? तुम्ही इतके पैसे खर्च केले आहेतच, ते आणखी केवळ दहा रुपये खर्चून प्रिन्सेस स्ट्रीटवर ब्रेकोडेण्टो दंतवैद्य आहेत त्यांच्याकडे जाऊन दात तपासून घ्या. धोंडी, साहेबांचा फोटो नीट पॅकिंग करून दे. माझी फी तीस रुपये आहे, पण प्रोफेसरसाहेबांच्या शब्दाला मान देऊन पंचवीसचा स्वीकार करतो, साहेबजी!"

दुसऱ्या दिवशी आणखी रुपये उसनवार काढून अमेरिकेतून दंतवैद्यकाचा अभ्यास करून आलेले निष्णात डॉ. ब्रेकोडेण्टो यांच्या दवाखान्यात गेलो. तेथेही रोग्यांची बरीच गर्दी दिसत होती. कित्येक वृद्ध स्त्रीपुरुष रोगी दात बसवून घेण्यास, मध्यम वयाचे दुखरे दात उपटवून घेण्यास व आठ वर्षांची मुले दुधाचे दात पाडून घेण्यास आली होती. परंतु दोन-तीन तरुणतरुणी शाबूत असलेले दात पाडून घेण्यास आल्या होत्या हे पाहून मला गंमत वाटली. त्यातला एक म्हणाला, "मी अभिनयकुशल नट आहे. म्हाताऱ्याचं काम करताना माझे दात प्रेक्षकांना दिसून सोंगात उणीव येते. त्याचप्रमाणं बदमाशाचं काम करताना मधलेमधले दात पडलेले दाखवावे लागतात. तसं माझं नसल्यानं बदमाशाचं काम साधत नाही. म्हणून मी सगळेच दात काढून घेऊन निरनिराळ्या आकारांच्या, संख्येच्या आणि रंगांच्या दातांच्या चौकटी करवून घेणार आहे. जसं सोंग तशी चौकट!"

"अन् जेव्हा सोंग नसून खरे अभिनयपटू लोकांना पाहायचे असतील तेव्हा मात्र तोंडाचं बोळकं पाहायची वेळ पाहणारांना येईल!" मी म्हणालो.

एक तरुणी दिसायला फार चांगली होती. तिचे मधले दात ओठांच्या बाहेर डोकावून पाहत होते; त्यामुळे तिचे लग्न जमण्यास अडचण येत होती. ती आपल्या

आईबरोबर ते चोंबडे सौंदर्यचोर घालवून देण्यास तेथे आली होती. भोळ्या आईने मुलगी दाबीत असता हे रहस्य आम्हा सर्वांना सांगितले.

शस्त्रक्रियेच्या खोलीतून 'घाबरू नका, दुखवीत नाही' अशा प्रकारचे आवाज, नंतर दोन-तीन मोठ्या किंचाळ्या, काही वेळ थुंकण्याचे आवाज आणि शेवटी रुपयांचा छणछणाट होऊन एकेक रोगी बलिदानातून निसटलेल्या बोकडासारखा चेहरा घेऊन बाहेर येई आणि दंतवैद्य पुढल्या रोग्यास आत बोलावी. इतर ठिकाणी लागलेल्या रांगांत आपला नंबर वर यावा म्हणून रांगकऱ्यांची धडपड चालते पण येथे वरती नंबर लागला, की खाली पळून जाण्याची सर्वांची उत्सुकता दिसत होती. गुंड्याभाऊच्या अगोदरचा रोगी शस्त्र-क्रियागारात जाऊन पुढील पाळी त्याची येणार तोच तो पटकन उठला आणि शेवटल्या नंबरला जाऊन बसला. पण डॉक्टरांना हा अनुभव नवीन नव्हता. त्यांनी बोलावण्याचा क्रम फिरवून एकदम गुंड्याभाऊसच पाचारण केले. त्याची पावले जड झाल्याने त्याला ढकलीत ढकलीत मी डॉक्टरांच्या खोलीत नेले, आम्हाला पाहताच डॉक्टरांस मीच रोगी आहे असे वाटले. त्यांनी मला दंतरोग्याच्या विविध-घटनायुक्त खुर्चीवर बळजबरीने बसविले. मी ओरडू लागलो- "मी रोगी नाही, हा माझा मित्र रोगी आहे; त्याचे दात खराब झाले आहेत!"

गुंड्याभाऊने मजकडे डोळे मिचकावीत हसत पाहिले, खिशातून चिठी काढली आणि म्हटले, "डॉक्टर, ह्या माझ्या मित्राचे उजव्या बाजूचे खालचे सात, आठ आणि नऊ नंबरचे दात किडले आहेत. डॉ. फोटोग्राफरनी ही चिठी दिली आहे पाहा!"

डॉक्टरांच्या मदतनिसाने माझ्या अंगावर केशकर्तनालयात न्हावी लोक टाकतात तसले मळवस्त्र टाकले आणि माझ्या निषेधाला न जुमानता शस्त्रक्रियेची तयारी चालविली. डॉक्टरांनी चिठी वाचून म्हटले, "यात नऊ नंबरचा दात दिला नाही, पण तुम्ही म्हणता म्हणून तोही काढून टाकतो. अहो, 'मी नाही, मी नाही' काय चालवलं आहे? आमच्याकडे येणारे सगळे रोगी असाच बकवास करीत असतात. हे ॲनिस्थेटिक (बधिरत्वकारक) इंजेक्शन दिलं की, दात काढताना मुळीच दुखापत होणार नाही. सेफ्टी वस्तऱ्यानं आपण दाढी करवतो आहो असं तुम्हाला वाटेल. दॅट्स राइट! आता हे ईथरचं मिश्रण फवाऱ्याने उडवतो. अगदी हिमालयात हिमक्रीडा करीत आहो असं तुम्हाला वाटेल-"

"अहो, हे काय चालवलं आहे तुम्ही? मला काही झालं नाही. उगाच का माझे चांगले दात-" असे माझे शब्द गुंड्याभाऊ आणि डॉक्टरांचा मदतनीस यांनी आपल्या दांडगाईने दाबून टाकले. एकामागून एक असे माझे तीन सोन्यासारखे दात मी गमावून बसलो! गुंड्याभाऊ निर्लज्जासारखा दात काढून हसत होता; पण

डॉक्टरांचे पुढील शब्द ऐकताच तो गंभीर झाला-"दात तपासण्याचे दहा रुपये, इंजेक्शनचे दोन, ईथरमिश्रणाचा एक, तीन दात उपटण्याचे सहा मिळून एकोणीस रुपये झाले. दंतवैद्य उधारी हिशेब ठेवीत नाहीत. आमच्या या मदतनिसांजवळ द्या. बाकी दाताला काही रोगबीग झालेला नाही हे पाहून आनंद वाटतो. सलाम!"

संध्याकाळी आम्ही दोघे निष्णातांचे रिपोर्ट बगलेत मारून डॉक्टर त्रिवेदींकडे आलो. त्यांनी विचारले, "कसा काय साहेब? तुम्ही आणलेत रिपोर्ट? आता ते नीट वाचून पाहून मिस्टर दांडेकरांना टी. बी. झाला आहे की नाही ते मी ठरवतो. अरे पण मि. जोग, तुम्ही तोंडाला लुगडं बांधून का आले?"

मी ब्रेकोडेण्टो दंतवैद्याकडे गुंड्याभाऊने मजवर केलेल्या पुंडाईची हकिकत त्यांना सांगितली. तेव्हा ते बराच वेळ हसून मला म्हणाले, "अहो बत्तीस दात परमेश्वरानं माणसाला दिलेले आहेत, त्यांतले तीन गेले तरी खाण्यापिण्याला काही अडचण पडणार नाही."

"हा थुंकीचा, हा रक्ताचा, हा 'क्ष' किरणांच्या फोटोचा, आणखी हा कसला तरी रिपोर्ट घ्या अन् ठरवा मला क्षयबीय झाला आहे की काय ते!" गुंड्याभाऊ रडक्या आवाजात म्हणाला.

आता या सगळ्या रिपोर्टांची तुलना करून रोगाचं निदान करणं मेहनत अने वेळ यांचा खर्च करायला लावणारं आहे. अशा सगळ्या परीक्षेची फी मी तीस रुपये घेतो. पण तुम्ही बाहेरगावचे आणि मध्यमवर्गातले आहात म्हणून तुमच्याकडून मात्र पंचवीस रुपये घेईन. तुमच्या पाच रुपयांनी आमचा 'बेंक बेलन्स' फारसा कमी होणार नाही. आमचा नाम तुमच्या गावात सगळ्यांना सांगा, कागद इथं ठेवून जा, अने काल सकाळी आठ वाजता या फी घेऊन" -डॉ. त्रिवेदी.

आतापर्यंत निरनिराळ्या फिया आणि वाहनखर्च मिळून शंभर रुपये खर्च झाले होते. आठवडाभर मुंबईस राहावे लागल्याने अमीर निवासाचे तीस चढले होते आणि हे पंचवीस द्यावयाचे होते. आम्हाला अधिक काळ मुंबईत राहावे लागल्याने परतीच्या तिकिटांची मुदत संपली होती म्हणून भाड्यालाही पैसे हवे होते. या कारणांनी आम्ही सराफाला पाटल्या विकून टाकल्या व पाऊणशे रुपये घेऊन निघालो. पुण्यास परत गेल्यावर पाटल्यांबद्दल काय जाब द्यावा याची गुंड्याभाऊला घोर चिंता पडली होती.

ठरल्यावेळी आम्ही डॉ. त्रिवेदींकडे गेलो, त्यांच्यापुढे पंचवीस रुपये ठेवले आणि गुंड्याभाऊच्या रोगाचे निदान विचारले. आधी पंचवीस रुपये खिशात टाकून व त्यांच्या सुरक्षिततेबद्दल खात्री करून घेऊन डॉक्टर आनंद प्रदर्शित करीत म्हणाले, "हात मिळवा रावसाहेब! आनंद- आनंद! सत्यं शिवं सुंदरम्! मी तुमचं दिलभरू अभिनंदन करतो," असं म्हणत त्यांनी आम्हा दोघांशी एकेका हाताने

हस्तांदोलन केले.

"का हो, अभिनंदन कसलं? क्षयानं मी मरणार म्हणून की काय?" गुंड्याभाऊने विचारले.

"म्हणून नाही हो. तुम्हाला क्षयबीय काहीच झालेला नाही, अने होण्याचा संभवपण नाही. तुमचं रक्त तान्ह्या बाळाच्या रक्तासारखं ताजं आहे. तुमच्या थुंकीत कफाचा लेश नाही, पण तमाखू जरा कमी खात जा म्हणजे थुंकीतून रक्त आल्यासारखं कुणाला वाटणार नाही. तुमच्या फुप्फुसांच्या फोटोत काही खामी दिसत नाही. तुमची नाडी पुष्कळ चांगली आहे. थोडक्यात, तुमच्यासारखा निरोगी माणूस आख्ख्या मुंबईत सापडायचा नाही. अने हे सगळं शास्त्रीय दृष्टीनं सिद्ध झालेलं आहे म्हणून तुमचं अभिनंदन करावं तितकं थोडंच आहे." - डॉ. त्रिवेदी गुंड्याभाऊच्या पाठीवर थाप मारीत म्हणाले.

"अहो डॉक्टरसाहेब, या अभिनंदनाला पात्र व्हायला जवळजवळ दोनशे रुपये खर्च झाला माझा! आणखी तोही फुकटंफाकटी! यापेक्षा खरोखरच मला टी. बी. झाला असता तर इतके पैसे फुकट घालवण्याचा मूर्खपणा तरी पदरात पडला नसता! आता वडिलांनी दिलेल्या आठ तोळे वजनाच्या पाटल्यांची काय वासलात लावली म्हणून सांगू?"- गुंड्याभाऊ.

"तुझे रुपये गेले आणि माझे मजबूत तीन दात गेले डॉक्टर लोकांच्या या करामतीमुळं आणखी तुझ्या लुच्चेगिरीमुळं! दात पाडण्याचं एखादं भलतंसलतं कारण गुलाब दिघेबाईंनी आमच्या हिच्या मनात भरवून दिलं नाही म्हणजे मिळवलं! तरी बरं दात पाडायचे पैसे तूच दिले आहेस!"- मी.

"आता तुम्हाला मी थोडक्यात युक्ती सांगतो-" डॉक्टरांनी सुचविले, "पाटल्या चोरांनी हिसकावून घेतल्या अने चोरांशी मारामारी करताना या बारीक साहेबांचे दात पडले असं घरी सांगून द्या. कुणाला हे खोटं आहे अशी शंका यायची नाही."

"खरंच आहे की ते! चोरांनी किंवा चोरांच्या टोळीनं गुंड्याभाऊच्या पाटल्या पळवल्या हे म्हणणं बिलकूल खोटं नाही. चल गुंड्याभाऊ, मुंबईत येऊन ठकवले जाण्याचे अनेक मार्ग आहेत. त्यातला हा एक आपल्याला पाहायला मिळाला! तुझे पैसे आणखी माझे दात खर्चून हा एक अनुभव आपल्याला मिळाला. नमस्कार हो डॉक्टरसाहेब! नमस्कार! अगदी कोपरापासून साहेबजी असो तुम्हाला!"- मी म्हणालो.

◆

माझा सेकंड क्लासने प्रवास

परिचय

सुधारणेबरोबर विनोदाचीही वाढ होते असे म्हटले तर अनेकांना नवल वाटेल. पण हे अगदी अनुभवसिद्ध सत्य आहे. विविध सुधारणांमुळे सामाजिक जीवनाचे साधे स्वरूप लोप पावून ते संमिश्र होत जाते. समाजाच्या या गुंतागुंतीच्या आयुष्यक्रमात साहजिकच नवीन ढोंगे निर्माण होतात आणि विनोदाला नवे नवे खाद्य मिळते. मनुष्यस्वभावातले अनेक दोष आजच निर्माण झाले आहेत असे नाही. ते माणसाबरोबरच जन्माला आले आहेत. पण आजच्या धकाधकीच्या, प्रदर्शनाच्या आणि गुंतागुंतीच्या काळात ही वैगुण्ये निरनिराळे मुखवटे घालून मोठ्या ऐटीने मिरवत आहेत. विनोद हा सत्याचा उपासक असतो. त्यामुळे जितके मुखवटे हुबेहूब तितके ते हळूच दूर करून दाखविण्यात चातुर्यही अधिक. हे चातुर्य चिंतामणरावांच्या या लेखात मोठ्या प्रकर्षाने प्रकट झाले आहे.

'सर्वे गुणा: कांचनमाश्रयन्ते' हे सुभाषित लिहिणाऱ्या संस्कृत कवीला या जगात पैशाची किती अंधळेपणाने पूजा केली जाते हे निश्चित ठाऊक होते. पण केवळ पैसेवाला म्हणून एखाद्या मनुष्याने एखाद्या महत्त्वाच्या सार्वजनिक संस्थेचा अध्यक्ष व्हावे, त्या स्थानमाहात्म्यामुळे त्याला मोठमोठ्या समारंभांची निमंत्रणे यावीत, बेताबाताचीच विद्वत्ता असलेल्या या गृहस्थावर अशा समारंभांतून भाषणे करण्याचे प्रसंग ओढवावेत आणि त्या प्रसंगांतून पार पडण्याकरिता त्याने निरनिराळ्या क्लृप्त्या योजाव्यात हे चित्र काही त्या प्राचीन कवीच्या डोळ्यांपुढे उभे राहणे शक्य नव्हते. पण सद्य:स्थितीतून निर्माण झालेल्या नेमक्या याच विसंवादावर चिंतामणरावांनी आपल्या या विनोदी लेखाची उभारणी केली आहे. लेखकाचा मानसपुत्र चिमणराव हा एक गरीब कारकून असल्यामुळे त्याने आगगाडीच्या दुसऱ्या वर्गाचा डबा फक्त बाहेरूनच पाहिलेला असतो. या झकपक दिसणाऱ्या डब्यातून प्रवास करण्याची आपली अतृप्त इच्छा पुरी करण्याकरिता एके दिवशी

फारसे पैसे खर्च होणार नाहीत अशा बेताने तो एका जवळच्याच स्टेशनाचे सेकंड क्लासचे तिकीट काढतो आणि दुसऱ्या वर्गाच्या डब्यात मोठ्या ऐटीत जाऊन बसतो. भिकाऱ्याच्या पोराला कुणीतरी राजवाड्यात नेऊन सोडल्यावर ते जसे भांबावून जाईल तशी चिमणरावाची या दुसऱ्या वर्गाच्या डब्यात स्थिती होते. एखाद्या लहान मुलाने आपले नवे खेळणे उलटसुलट करून पाहावे, गालाला लावावे आणि चोखून बघावे तसे तो करू लागतो. त्याच्या डब्यात येऊन बसलेला दुसरा मनुष्य त्याचे हे सर्व चाळे पाहत असतो. शेवटी तो सहप्रवासी म्हणतो, "दहादा मोरीच्या खोलीत जाऊन तोंड साफ करता, एकदा या खिडकीत बसता तर एकदा त्या! ह्या सगल्यावरून मी ओलखलं की, रावसाहेबांनी पहिल्यांदाच शेकिन् कल्लासात पाय टाकला असेल. द्या टाली. करा कबूल!"

या दुसऱ्या गृहस्थाच्या भाषेवरून आणि बोलण्याच्या पद्धतीवरून तो कुणी व्यापारीबिपारी असेल अशी समजूत करून घेणे चुकीचे होईल. ही मोठी बडी व्यक्ती आहे. पुणे लोकल बोर्डाचे चेअरमन रावबहादूर हैबतखान पठाण म्हणतात ते हेच! वडगावच्या शाळेची कोनशिला बसविण्याच्या समारंभाकरिता हे चाललेले असतात. पण ती कोनशिला म्हणजे आपल्या उरावर ठेवलेली धोंडच आहे असे त्यांना राहून राहून वाटते. चार लोकांसमोर उभे राहून भाषण करणे ही त्यांच्या शक्तीबाहेरची गोष्ट असते. परत येताना सेकंड क्लासने आणण्याची व्यवस्था करण्याचे आमिष दाखवून हैबतखान चिमणरावाला आपल्याबद्दल भाषण करण्याची विनंती करतो. शेवटी दोघांचा तह होऊन चिमणराव हैबतखान पठाण म्हणून वडगावच्या समारंभात आपले वक्तृत्व गाजवितो. हैबतखान त्याचा चिटणीस म्हणून समारंभात त्याच्याबरोबर वावरतो. या मजेदार समारंभाचे वर्णन वाचताना चिंतामणरावांच्या विनोदातल्या विविध गुणांचे वाचकाला मोठे रम्य दर्शन होते.

आम्ही खाली उतरलो. माझे नाव असलेली बॅग खा. ब. नी घेतली. मी हैबतखान पठाण झालो. स्टेशनच्या प्लॅटफॉर्मवर एक जाजम घातले होते व दोन खुर्च्या त्यावर ठेवल्या होत्या. स्टेशनवर वीसएक प्रतिष्ठित गावकरी आणि दहा-बारा मुले आमच्या स्वागतार्थ उभी होती. आम्ही उतरताच मला लोकांनी विचारले, "पठाणसाहेब आपणच ना?" मी मंदस्मित करून हुंकार दिला. मामलेदारसाहेबांनी माझ्या गळ्यात हार घातला व हातात गुच्छ दिला. त्याला नसलेला वास हुंगीत मी खुर्चीवर बसलो. खरे हैबतखान तात्पुरते माझे सेक्रेटरी सी. व्ही. जोग झाले.

मुलांनी भोवती जमून स्वागतपर पद्य म्हटले :-

(चाल - ता त त, त त त, ता ऽ त ता त त)

स्वागत तुजसी धन्य दिनकरा।
सोडुनि अमुचेसाठिं स्वनगरा।
धावत येसी वटग्रामा।
अभिरामा ।
सुखधा ऽ ऽ मा ।। स्वागत ।।

भक्तांसाठी धावत जैसा।
श्रीपति जाई बहुधा तैसा ।
ग्रामवासि जनां झणिं ताराया।
येसि पुण्याहुनि मारुतितनया ।
भराया ।
पाया ।
स्थळीं या ।। येसि पुण्या० ।।

गायनमास्तर विनवी पाया ।
अर्ज तयाचा जाऊं न वाया ।
प्रमोशना ।
या जना ।
द्या पुन्हा ।
परि नच रागा या ।। येसि पुण्या० ।।

गायन संपल्यावर मी मुलांच्या आवाजाची प्रशंसा करीत म्हणालो, ''वा! फारच सुरेल आहे बुवा गाणं. पण मारुतितनय दिनकर कोण?''

गायनमास्तर उभे राहून हात जोडून म्हणाले, ''साहेब! ते आपले दिनकर मारुती देसाई, असिस्टंट डेप्युटी एज्युकेशनल इन्स्पेक्टरसाहेबांच्या पर्सनल असिस्टंटचे हेडक्लार्क.''

''अन् मग आमच्या स्वागतपर पदात त्यांचं नाव कशाला?''

''चुकून नाव बदलायचं राह्यलं साहेब. कालच देसाई येऊन गेले, त्यांचं नाव मुलांच्या तोंडात बसलं; नाव बदलून मुलांना तालीम द्यायला फुरसत झाली नाही साहेब. बाकी पद कालचंच आहे.'' गायनमास्तर म्हणाले.

''बरं आहे, आता खानबहादूर, आमच्या घरी फराळ करून दगड बसवायला

चलायचं.'' मामलेदारांनी विनंती केली. मी थोडे चंद्रबळ आणून रुकार दिला आणि आपल्या सेक्रेटरीसह त्यांच्या घरी गेलो. भोजन झाल्यावर जरा सतरंजीवर टेकतो तोच हेडमास्तर, पाटील, गावचे व शेजारच्या तळेगाव शहराचे शिष्ट लोक मला अद्याप न लागलेली झोप मोडण्यास आले. मी सर्वांचे स्वागत केले. पुण्याचे व वडगावचे हवापाणी, तळेगावच्या संस्था, नवीन मॉंटेग्यू-चेम्सफर्ड सुधारणा, शहरची राहणी विरुद्ध खेडेगावची राहणी या विषयांवर आमचे बराच वेळ संभाषण झाले व 'इंद्रायणी समाचार' पत्राच्या बातमीपत्रावरून नंतर मला कळून आले की, मी (म्हणजे हैबतखान पठाण) फार मनमिळाऊ, उल्हासित आणि विनोदी गृहस्थास शोभण्यासारखे बोललो.

दुपारी ४ वाजता पायाभरणी समारंभास गेलो. जाताना हेडमास्तरांच्या घरी चहापान व चिवडाखान झाले. समारंभाची हकिकत स्वत:च्या शब्दांत न देता परिशिष्ट 'अ'रूपाने इंद्रायणी समाचाराच्या अंकाचे बातमीपत्र उद्धृत करून त्याच्या शब्दांत देत आहे. समारंभ संपल्यावर आम्ही परत जाण्याकरिता स्टेशनवर आलो. बरोबर माझे सेक्रेटरी 'सी. व्ही. जोग' आणि बरीच मंडळी होती.

''मिस्टर जोग, सेकंडचे तिकीट माझ्यासाठी घ्या न् सर्व्हंटचं घ्या तुमच्यासाठी'' मी हैबतखानास फर्माविले.

स्टेशनमास्तर जवळच होते. ते माझा हुकूम ऐकून म्हणाले, ''पण ही संध्याकाळची इंटरथर्ड एक्सप्रेस आहे. हिला सेकंडचा डबा नसतो, खानसाहेब.'' हैबतखानांच्या डोळ्यांत आनंदाचे तेज चमकू लागले. मला सेकंडचे भाडे देण्याचे त्यांनी कबूल केले होते त्यातून सुटण्याची संधी त्यांना आली.

''हरकत नाही, पूना मेलने जाऊ. हिच्या पाठोपाठ अर्ध्या तासात ती येईलच.'' मी म्हटले.

''ती इथे थांबत नाही.'' मास्तर म्हणाले. हैबतखान ओठ दाबून हसू लागले.

''या गाडीनं तळेगावपर्यंत जाऊ न् तिथं बदलू.'' मी सुचविले.

''तळेगावचा मेलचा थांबा नुकताच काढून टाकला.'' मास्तर म्हणाले.

''खडकीला बदलू.'' मी हट्ट चालू ठेवला.

''ते नाही काही जमायचं. खडकी ते पूनाचे उतारू मेलमध्ये घ्यायचे नाहीत असा स्पष्ट नियम आहे'', मास्तरांनी सांगितले. मी हरलो. हैबतखानाच्या तोंडावर नवीन पद्धतीचे 'सैतानी हास्य' विराजले. त्यांनी इंटरची दोन तिकिटे काढली. आम्ही इंटरमध्ये बसलो. वाटेने हैबतखानांचा फेटा मोठ्या नाखुशीने मी परत केला. हारतुऱ्यांच्या बाबतीत माझ्याशी तंटा करण्याचा त्यांचा बेत होता; परंतु मोठ्याने तंटा केल्यास आपले बेंड फुटेल म्हणून त्यांनी तो बदलून फक्त एका गजऱ्यावर समाधान मानून घेतले. पाया भरण्यासाठी मला चांदीची करणी मिळाली होती, ती

रीतीप्रमाणे मी जवळ ठेवली होती. ती मिळविण्याकरिता खानसाहेबांनी खूप धडपड केली; परंतु त्यांना ती पचली नाही. हल्ली ती मजजवळच आहे व तिच्यावरील मुलामा जागोजाग उडाला आहे. मुलांना धंदेशिक्षण देण्याची पाळी आल्यास करणी विकत घ्यावयास नको.

दोन-तीन दिवसांनी वेगवेगळ्या इंग्रजी व मराठी वर्तमानपत्रांत खानबहादूर पठाणसाहेब यांच्या अध्यक्षतेखाली भरलेल्या वडगावच्या शाळेच्या पायाभरणीची बातमी झळकली. तीत खानबहादुरांचे भाषण, त्यांचा गमती स्वभाव इत्यादींची स्तुती होती. त्यातील इंद्रायणी समाचारचा खास बातमीदार काय म्हणतो ते पाहा जरा :-

परिशिष्ट (अ)

वडगाव येथील नवीन मराठी शाळेच्या इमारतीची कोनशिला बसविण्याचा समारंभ पुणे जिल्हा स्कूल बोर्डाचे अध्यक्ष खा. ब. हैबतखान यांच्या हस्ते मोठ्या थाटाने पार पडला. समारंभास वडगावच्या स्थानिक प्रतिष्ठित गृहस्थांप्रमाणेच तळेगाव, खडकाळे, चाकण इत्यादी गावांतील प्रतिष्ठित मंडळी हजर होती. अध्यक्षसाहेबांची स्वारी मंडपात येताच शाळेतील कुमार, कोंडदेव, कुमारी म्हाळसाबाला इत्यादी मुलामुलींचे स्वागतपर गायन झाले. ते कवी अनामक (खंडेराव लोखंडे) यांनी केलेले पद येथे देत आहो :-

राग-भैरवी

मंगलदिन आला
आजी वटग्रामाला
आजी मंगलदिन आला।।

यातील आजी हा शब्द वारंवार येऊ लागला तेव्हा खानबहादुरांनी मुलांना विचारले, "काय रे, आजी कोणाला म्हणता?" तेव्हा हशा पिकला. तो शांत झाल्यावर पुन्हा गायन चालू झाले,

साधुसंत येति घरा।
तोचि दिवाळीऽदसरा।
साधुबोल नच फोल।
ठरती, येति प्रत्यया।।
पठाण हैबत-खान पाजी।
पठाण हैबत-खान पाजी।
अहो पाजी किती तरी पाऽऽजी।

हे शेवटचे कडवे चालू असता खुद्द खानबहादुरांस फार गंमत वाटून त्यांनी टाळ्या वाजविल्या; परंतु त्यांचे सेक्रेटरी रा. जोग यांस फार राग येऊन ते मध्येच उठून ओरडले, ''काय रे कारट्यांनो, पाजी कोणाला म्हणता?'' तेव्हा खानबहादुरांनी मनाचा समतोलपणा बिघडू न देता त्यांस धरून खाली बसविले व गाणे पुन्हा चालू झाले,

अहो किति तरि पाजी
विद्यामृत सगळ्यांला
आजी मंगलदिन आला।।

या पदातील चमत्कृतिजनक शब्दयोजनेबद्दल अध्यक्षसाहेबांनी कवीस शाबासकी दिली आणि टाळ्यांच्या गजरात गायन पूर्ण झाले.

नंतर रा. रा. माधवराव कोडगे यांनी अध्यक्षांच्या निवडणुकीची सूचना दिली. ते म्हणाले, ''समस्त बांधवहो! आजच्या या आपल्या शाळेच्या इमारतीचा पाया भरायला हैबतखान पठाण यांना आपण बोलावले. त्यांनीही बोलाविताक्षणी हो म्हटले आणि ते पदरचे पैसे खर्चून इथपावत आले. आता दुसऱ्या कोणाला अध्यक्ष व्हा म्हटले तर त्यांना आवडणार नाही, त्यांचा हिरमोड होईल म्हणून त्यांनी अध्यक्ष व्हावे अशी माझी सूचना आहे.''

रा. रा. गोविंदपंत रेमेडोके म्हणाले, ''कोडगेसाहेबांच्या ह्याला माझं हे आहे.'' (हशा)

सूचनेला पुष्टी देण्यास हेडमास्तर उठले. ते म्हणाले, ''हे समस्तमावलप्रांतस्थ कृषीवलपट्टवान्सावकारश्रेष्ठी आदिकरून सज्जनवृंदहो! या दीन चातकाच्या आर्तरवाने द्रवून तुम्ही चंद्राप्रमाणे या मंडपात उदय पावलेत, या चक्रवाकाच्या आमंत्रणाचा आदर करून भगवान् सहस्त्ररश्मीप्रमाणे या शाळेच्या भावी भव्य भपकेदार कोनशिला बसविण्याच्या शुभप्रसंगी विद्यमान राहिलेत, इंद्रायणीथडीच्या या इटांच्या इमारतीचा इमला उठविण्यासाठी इंद्राप्रमाणे नटून सादर झालेत, हे तुमचे महदुपकार आहेत. ज्यांच्या ग्रॅन्टमुळे ही इमारत उभारली जात आहे ते स्कूल बोर्डाचे अध्यक्षच या ठिकाणी पाया घालणार आहेत, हा मणिकांचनयोग आहे. गुळाचा नैवेद्य आणि गुळाचा गणपती! गंगापूजन गंगेच्याच जलाने करावे त्याचप्रमाणे हा प्रकार आहे. त्यांनी अध्यक्षस्थान स्वीकारावे अशा सूचनेला माझा टेकू आहे.''

यानंतर जरा गंमत झाली. चाकणचे विठूशेट विसरे हे बोलावयास उठले. ते म्हणाले, ''सद्गृहस्थहो! मी पहिल्यांदा इथे आलो तेव्हा मला बोलावं लागेल असं मला वाटलं नव्हतं, पण लोकाग्रहावरून चार शब्द बोलावे लागत आहेत. मी भाषणाची तैयारी केली नाही. हंः-हम्-खोक् खोक्''- असे म्हणून शेटजी बराच वेळ

थांबले. नंतर त्यांनी हळूच खिशात हात घालून, लिहून आणलेला कागद बाहेर काढून तो वाचण्यास आरंभ केला. "हं चा-र शब्द- नाही ते झालं. हं आपल्या या मावळ तालुक्यात..." परंतु शेटजींच्या बोलण्यातल्या व कागद बाहेर काढण्याच्या कृतीतल्या विसंगतपणाने इतका हशा पिकला की, त्यांचे वाचणे कोणासही ऐकू आले नाही. मात्र आपण फारच विनोदी भाषण करीत आहो अशा समजुतीने शेटजींचे वाचन आवेशाने चाललेले होते.

मग अध्यक्षसाहेब टाळ्यांच्या गजरात बोलावयास उठले. ते म्हणाले, "वटग्रामस्थ सज्जनहो! त्याचप्रमाणे दुर्जनहो! रागावू नका. इतक्या मोठ्या समाजात कोणीही दुर्जन नसेल असे शक्य नाही. नाहीतर ही कोर्टे कशी चालली असती? मी सगळ्यांना उद्देशून बोलत आहे, नुसत्या सज्जनांना नाही. मला जेव्हा आपल्याकडचे पायाभरणीचे आमंत्रण आले तेव्हा मी साशंक वृत्तीनेच त्याला रुकार दिला. कारण पूर्वीच्या चालीप्रमाणे मला पायात चिणून टाकण्याचा तर विचार नाही ना, अशी मला भीती वाटली. (हशा) पण तसा तुमचा बेत नाही असे दिसते. (उच्छृंखल श्रोता- निदान अद्यापपर्यंत तरी दिसला नाही.) नंतर वाटले की, यांना पायाचा दगड उचलत नाही म्हणून हमाली करायला तर त्यांनी बोलाविले नाही ना? कारण डिंग्रज गावच्या लोकांना एक शिळा उचलायची होती, पण पाच-दहा जणांनासुद्धा ती उचलेना. तेव्हा त्यांनी युक्ती केली की, वऱ्हाडचा प्रसिद्ध पहिलवान गब्रू याला त्यांनी कोनशिला बसवून समारंभाला बोलाविले आणि बिनखर्चात त्याच्याकडून दगड उचलविला! (हशा). पण मी फार सशक्त नाही आणि दगडही असा जड नाही. त्या अर्थी तोही तुमचा उद्देश दिसत नसून माझ्यावरचे प्रेमच आमंत्रणाच्या मुळाशी असले पाहिजे हे उघड आहे.

"आपल्या या मनोहर पण मानी, खडकाळ पण पाणाळ, गरीब पण हवाशीर मावळ प्रांताचा मला फार अभिमान वाटतो. याच मावळ प्रांतातून पुष्पावती, कुकडी, भीमा, घोड, इंद्रायणी, मुळा, मुठा आणि नीरा नद्या उगम पावून आमच्या पुणे जिल्ह्याला पाणी पुरवितात. आपण पुणे जिल्ह्याला केवळ जीवनच देता असे नाही तर शिवप्रभूने (टाळ्या) याच मावळातील मावळ्यांच्या साह्याने महाराष्ट्रात राष्ट्रीय जीवन घातले. याच मावळात आंबेमोहोराचे तांदूळ होतात. या मावळातल्या पाण्याच्या शक्तीने मुंबईतल्या कारखान्यांना पुरणारी विद्युच्छक्ती निर्माण होते. इतकेच नव्हे तर त्या शिवरायाने (टाळ्या) सर्व भरतखंडात यावनी सत्तेला धक्के देण्यासाठी जी विद्युच्छक्ती निर्माण केली ती याच प्रांतातून! आणि चांगले स्वस्त लोणी येथूनच पुण्याच्या बाजारात जाते.

"आणखी या वडगावच्या रणभूमीची आठवण झाली, स्मरण झाले, स्मृती आली की, प्रत्येक मराठ्याचे अंत:करण, प्रत्येक महाराष्ट्रीयाचे हृदय, प्रत्येक

दक्षिण्याचे मन थरारून येते, छाती भरून येते, ऊर फुटू लागतो. याच वडगावच्या धारातीर्थावर महादजी शिंदे पाटीलबुवांच्या तरवारीचे पाणी सन १७८० (हेडमास्तर-नाही, नाही, १७७९ हो!) साली इष्टुर फाकड्याला पाजले, याच रणांगणावर मानाजी फाकडे लढले आणि इंग्रजबहाद्दर रडले (टाळ्या), याच समरभूमीवर बापू गोखल्यांनी गोडार्डसाहेबाला गोमय चारले. (कडकडाट) अशा या स्फूर्तिदायक, अशा या कीर्तिदायक मंगल भूमीची मृत्तिका मंगलतिलक म्हणून मस्तकाला माखण्याची कोणत्या महाराष्ट्रीयाला महत्त्वाकांक्षा होणार नाही? आपल्याच या मावळातून अस्सल मध बाहेरगावी पुष्कळ जातो.

"एकंदरीत असल्या या भू-वैकुंठातल्या जनांच्या निमंत्रणाला मान देणे मला अपरिहार्य वाटले. सन १९२१ च्या खानेसुमारीवरून या तालुक्याला शाळेची किती आवश्यकता आहे हे दिसून येईल... एकंदर...'' (अरे! इंद्रायणी समाचाराचे दुसरे पान कोठे हरवले? शाबास! हा आमचा वसंत कुत्रा ते पान चघळीत बसला आहे. वाचकांवर वसंताचे उपकारच झाले म्हणावयाचे!)

परिशिष्ट (आ)

यात टाकावयाला काही मजकूर नसल्याने हे सदोदित नावाप्रमाणे 'आ' करूनच बसणार असे दिसते.

◆

घरगुती नोकरांचा प्रश्न

परिचय

'काचेमधूनी दिसतें जनाला । धोंड्यामधूनी दिसतें कवीला ।' असे उद्‌गार केशवसुतांनी एके ठिकाणी काढले आहेत. त्या उद्‌गारांतून सूचित झालेले सत्य काव्यदृष्टीप्रमाणेच विनोददृष्टीलाही लागू आहे. अस्सल कवीप्रमाणे जातिवंत विनोदी लेखकालाही विषय शोधण्याकरिता घराबाहेर पडण्याचीसुद्धा आवश्यकता भासत नाही. त्याच्या भोवतालच्या साध्यासुध्या अनुभवांत अनेक विनोद-बीजे लपलेली असतात. सर्वसामान्य मनुष्याच्या जीवनातले विनोदविषय शोधून काढून त्यांची अगदी घरगुती पद्धतीने मांडणी करण्यात चिंतामणराव मोठे कुशल आहेत हे या लेखावरून कुणालाही पटेल.

सध्या जिकडेतिकडे नोकरांचा प्रश्न मोठा बिकट होऊन बसला आहे. आधी घरकामाला नोकर मिळत नाही. चुकून एखादा मिळालाच तर विजयी राष्ट्राने जिंकलेल्या देशाला अटी घालाव्यात तशी अगणित मागण्यांची एक लांबलचक यादी तो आपल्या भावी मालकापुढे ठेवतो. जणूकाही मालकाला नोकराची जरुरी असते, पण नोकराला मात्र धन्याची आवश्यकता असत नाही. याउप्पर तो सद्‌गृहस्थ कामाला राहिलाच तर आपण घरधन्यावर मोठे उपकार करीत आहो अशा थाटाने तो हरघडी वागू लागतो.

आजकाल घरोघरी अनुभवाला येणारी ही गोष्ट चिंतामणरावांनी एका स्वयंपाकीणकाकूंचा साग्रसंगीत आयुष्यक्रम सूक्ष्मपणे रेखाटून मोठ्या खुसखुशीत रीतीने कित्येक वर्षांपूर्वी चित्रित केली आहे. कोट्यांचा भडिमार, अतिशयोक्तीची अतिशयोक्ती किंवा कल्पनेच्या भराऱ्या यांचा आश्रय न करताही विनोद किती लज्जतदार करता येतो याचे हा लेख हे एक उत्तम उदाहरण आहे.

आम्ही अत्यंत उत्कंठतेने जिची वाट पाहत होतो ती बाई ठरविलेल्या दिवशी सकाळी आठच्या सुमारास बैलाच्या छकड्यातून आमच्या दाराशी आली. छकड्यात दोन ट्रंका आणि सतरंजीत बांधलेली छानदारशी वळकटी बैठकीवर बांधलेली होती. पुढल्या ट्रंकेवर लाकडी चौकटीत बसविलेला पाण्याचा खुजा आणि मधल्या वळकटीवर बाजाची पेटी आणि मागल्या ट्रंकेवर आजीबाई विराजमान झाल्या होत्या. उजव्या हाताने त्यांनी ज्याचे बूड बाजाच्या पेटीस टेकले आहे असा पोपटाचा पितळी पिंजरा घट्ट धरून ठेवला होता आणि डाव्या बगलेत आवळून धरलेल्या बोक्याचे डोके त्या डाव्या हाताने कुरवाळीत होत्या- (अशा रीतीने पकडून ठेवलेल्या मांजरास खाकमांजरी म्हणतात असे वाटते.) त्यांनी आमचे घर अगोदरच पाहून ठेवलेले होते. त्यामुळे आमच्या दाराशी छकडा पोहोचताच थांबविण्याची आज्ञा त्यांनी छकडेवाल्यास दिली.

छकडेवाल्याच्या मदतीने मी सामान घरात आणून ठेवले. पोपट पाहून मुलांस आनंद झाला आणि ती त्याच्या पिंजऱ्याभोवती खेळू लागली. बोका एका कोपऱ्यात बसून निद्रासुख अनुभवू लागला. आजीबाईंनी नळाशी हातपाय धुतले व जेवणघरात फतकल मारून हुश्-हुश् करीत त्या बसल्या. मुले, 'आजीबाई आल्या' असे ओरडू लागली. त्यांना रागावून त्या म्हणाल्या, "काय बाई चावट पोरं आहेत ही! मी काय म्हातारीबितारी आहे आजीबाई म्हणून घ्यायला? मला काकू म्हणत जा, काकी म्हटलं तरी चालेल. पण जर का कोणी आजीबाई म्हटलंत तर जळता निखारा लावीन जिभेला."

काही वेळ हाश-हुश् झाल्यावर त्या सौ.स म्हणाल्या, "काऊताई, तुमच्या इथं शेवा करायला मी आल्ये आहे खरी, पण माझा थकवा जाईपर्यंत माझीच प्रेमशेवा तुम्ही केलीत तर बरं होईल. थोडा गोल्डन टी मला करून दिलात की, लागलेच पाहा कामाला!"

नोकराच्या या पहिल्या सलामीने मी सर्द होऊन गेलो. बायकाबायकांच्या भानगडीत मी फारसा पडत नाही; परंतु या वेळी माझ्याच्याने राहवेना. "अहो काकूबाई, ही आजारी आहे म्हणून तुम्हाला बोलावलं अन् तुम्हीच उलट तिला काम सांगता? ते चहासाखरेचं सामान आहे. तुम्ही आपल्या हातांनी करून घ्या."

मैनाने आईच्या सांगण्यावरून काकूबाईस चहा करून दिला. तो ढोसून त्या म्हणाल्या, "मी पाच मिनिटं रामेश्वराला जाऊन येते. मैनाबाई, दोन लाकडे पेटवून भाताचं आधण ठेवा. पुढलं काम करायला मी हजर आहेच."

नऊ वाजले तरी काकूबाईंचे रामेश्वरदर्शन संपले नाही. बिचाऱ्या मैनाने तांदूळ वैरले. सौ.ने भाजी चिरली. मोरूने ताक केले. मीही अंघोळ केली. राघू तर बिचारा लहानच. पण सर्वांनी आपापलेपरीने मेहनतीला सुरुवात केली. तेव्हा कोठे काकूबाई

धापा टाकीत आल्या. दहा वाजता आमची जेवणे कशीबशी उरकली. काही कच्चे तर काही करपलेले. काही जलाल तिखट तर काही साफ अळणी अन्न खाऊन आम्ही उठलो.

संध्याकाळी सात वाजेपर्यंत बाईचा पत्ता नव्हता. आम्हाला जरी अर्धपोटी उठावे लागले होते तरी बोकोबांना ओ येईपर्यंत खावयास मिळाले होते, असे त्याच्या तुंदिलतनूवरून दिसत होते. पोपटरावांच्या पिंजऱ्यातील वाट्याही सायसाखर, ओले हरभरे आणि पेरू या जिनसांनी गच्च भरलेल्या दिसत होत्या. काकूंची वाट पाहून कंटाळल्याने सौ.ने कण्हत कण्हत चुलीशी येऊन पाकसिद्धीस प्रारंभ केला. इतक्यात काकू बाहेरून आल्या. त्यांचा तो बाळसेदार चेहरा, डाव्या हातातील सलकडी, चार बोटांतील अंगठ्या, भरगच्च शालजोडी असा थाट पाहून दरमहा साठ टिकल्या कमावणाऱ्या ह्या जोगाच्या घरची ही स्वयंपाकीणबाई आहे असे कोणासही खरे वाटले नसते.

जेवणे उरकल्यावर उष्टी काढण्याचे काम आपले नाही अशी पहिल्यानेच बोली झाली होती; अर्थात मैना-मोरूवर ती पाळी आली. रोजच्या क्रमाप्रमाणे सौ.च्या बिछान्याभोवती मुलांसह मी गप्पागोष्टी करीत व बिबव्याची सुपारी संपवीत बसलो होतो. आमच्या संभाषणाचा विषय काकूबाई, त्यांचा थाट आणि त्यांची मिजास हाच होता हे चाणाक्ष वाचकांनी ओळखलेच असेल. (इतरांनी ओळखले नसेल म्हणून येथे मुद्दाम सांगावे लागले आहे.) गप्पा मारीत असता स्वयंपाकघरातून पेटीचा सूर ऐकू येऊ लागला. आमचे सर्वांचे कान स्वयंपाकघराच्या दिशेस टवकारले गेले. हळूहळू काकूंचा सूरदेखील पेटीच्या सुरात मिसळलेला ऐकू येऊ लागला. मी व मुले पाकगृहाच्या दाराशी उभे राहून पाहू लागलो. काकूंनी आपला बिछाना पसरला होता. समोर पेटी घेऊन त्या ती वाजविण्यात आणि गायनात गर्क होऊन गेल्या होत्या. त्यांच्या खांद्यावर त्यांचा आवडता पोपट विराजमान झालेला होता आणि बोकोबा आपली बुभुक्षित; परंतु संयमित अर्धोन्मीलित दृष्टी त्यांच्याकडे लावून मालकिणीच्या वजनदार मांडीशी खेटून पहुडले होते. आम्हाला पाहून पेटी थांबवून त्या म्हणाल्या, ''आप्पा, रोज रात्री घटकाभर भजन करण्याची माझी चाल आहे. तुम्हाला त्रास होत असेल तर मी आपलं मनातल्या मनात करीन.''

''भजन आणखी भोजन एवढंच तुम्हाला करता येतं वाटतं?'' मैना चवताळून म्हणाली.

तिला दटावीत आणि काकूंची समजूत घालीत मी म्हणालो, ''भजनाचा हो कसला आहे त्रास? उलट, तुमच्या भजनानं आमच्यासारख्या नास्तिकाचं घर पवित्र होईल.'' असे बोलून आम्ही परत आमच्या ठिकाणी जाऊन पडलो.

'विठाबाई माऊली', 'राधाधरमधुमिलिंद' ही दोन भक्तिपर पदे म्हटल्यावर

मानापमान नाटकांतील पद्यावली सुरू झाली. मानापमान संपल्यावर पाणी पिण्यास व सुपारी खाण्यास त्या सौ.च्या अंथरुणाजवळ आल्या. मूठभर सुपारीचा बोकाणा मारून आणि तांब्याभर पाणी फस्त करून त्या म्हणाल्या, ''काय हो काऊताई, मी गाणी म्हणत असताना नारायणरावच (बालगंधर्व) गाताहेत असं तुम्हाला वाटलं की नाही?''

''ते काय विचारावं? डोळे मिटून मी पडल्ये होते तेव्हा अगदी थेटरात बसल्यासारखंच वाटत होतं. एकदा बालगंधर्वाला फार पडसं झालं होतं, त्या वेळच्या त्याच्या गाण्याची मला आठवण झाली तुमची पदं ऐकून.'' सौ.ने उत्तर दिले.

''बरं बाई, पडसं झालेल्या का होईना, पण बाळगंधर्वांची आठवण झाली ना तुम्हाला? माझा गळा कस्सा अगदी नारायणरावांच्या सारखा गोड आहे, पण जळ्ळा मेला हा बायकांचा जन्म. मी पुरुष असत्ये तर कंपनी काढून एकेका खेळाचे रुपये हज्जारावारी मोजले असते; पण बायको म्हणून हातांत आलं पोळपाटलाटणं!'

मानापमान झाल्यानंतर स्वयंवर, संशयकल्लोळ, मेनका या नाटकांच्या पद्यावल्यांचे आवर्तन संपता संपता रात्रीचे बारा वाजले. त्यानंतर आम्हाला झोपा लागल्या. सकाळी सहा वाजता उठून मी पाहतो तो काकू दार सताड उघडून बाहेर गेलेल्या होत्या आणि बाहेरच्या ओसरीवर वाळत घातलेली आमची चिरगुटे नाहीशी झालेली दिसत होती. चिरगुटांसह काकूंनी पोबारा केला की काय, अशी मला शंका आली; परंतु पोपट, बोका आणि मुकटा यांच्या अस्तित्वाने ही शंका घालवून लावली. मी तोंड धुतले. मैनाने चहा केला. मी चहा प्यालो, मोरूने पेलेबश्या विसळल्या, मग मी ज्ञानप्रकाश वाचू लागलो व मैनाने बंबात पेटवण टाकले. घरातील मोठी माणसे आणि मुले यांनी असे सहकार्य केले तर स्वयंपाकिणीवाचून काडीइतके अडायचे नाही हे मी स्वानुभवाने सांगतो. आठाच्या सुमारास हातांत ताम्हन-निरांजन घेतलेली काकूबाईंची स्वारी डुलतडुलत घराकडे परत आली.

''काय काकू, पाहिलेत का किती वाजले?'' सौ.ने रागाने विचारले.

''झाले असतील सात-सव्वासात. घड्याळाची बटकीण व्हायला मी काही मास्तर नाहीतर कारकून नाही लागून गेल्ये. आधी पोटोबा अन् मग विठोबा अशातली ही ठमाकाकू नाही बरं का! काकडआरतीला गेलते तुळशीबागेत, तिथून परत येती आहे. ते जाऊद्या, पण माझ्याकरिता चहा ठेवला की नाही, मैनाताई?''

''आम्ही तुम्हाला कामाला ठेवलं आहे का तुम्ही आम्हाला?'' सौभाग्यवतीने चिडून प्रश्न केला.

''अहो काऊताई, देवाधर्माला कसला तुमचा अडथळा? उलट, माझ्या काकडआरतीचं अर्धं पुण्य तुम्हाला लागेल. त्यातून मला तुमच्या इथं परकं असं

मुळीच वाटत नाही. मग मैनाताईंकडून घोटभर चहा मागितला तर त्यात बिघडलं कुठं? मी तिला नातीसारखीच समजत्ये.'' काकू म्हणाल्या आणि मैनाने दिलेला चहा घटाघट पिऊन चुलीपुढे फतकल मारून बसल्या.

''मैनाताई, मला जरा लाकडं, घासलेट नि आगपेटी आणून द्या बरं विस्तव घालायला.'' काकूंनी आर्जविले.

कालपासून अंगावर काम पडल्याने मैनाच्या रागाचा पारा सारखा वरती चढला होता. आता मात्र ती पुरतीच रागावली आणि म्हणाली, ''मी नाही देत जा लाकडं अन् माकडं. माझा अभ्यास राह्यला आहे कालपासून. वाटलं तर सैंपाक करा नाहीतर चालत्या व्हा.'' असे म्हणून परकराचा फतक फतक आवाज करीत ती माळवदावर अभ्यास करण्यास निघून गेली.

''मग आजीबाई, तुम्ही हो कशाला?'' सौ.ने रागावून विचारले.

''मला कुणी आजीबाई म्हटलेलं खपत नाही, असं पहिल्यांदा सांगितलं नाही का तुम्हाला? काकू म्हणाल तर मी कामावर राहीन. निरंजनबुवांच्या मठात तर मला सगळ्याजणी संगीत-काकू म्हणतात. ते असो मेलं; अन्न शिजवून द्यायचं तेवढं काम माझं आहे, बाकी सगळं तुम्ही केलं पाहिजे. सतरा वेळ ऊठबस करताना माझी कंबर येते दुखून!''- आजीबाई.

''मग आजीबाई म्हणून घ्यायची का लाज वाटते?'' असे विचारून मोरूने तेथून पळ काढला.

सौ.ने काकूंना लाकडे, तांदूळ, पीठ दिले; भाजी चिरून दिली; मीठमसाला काढून दिला आणि काकूंनी साडेदहा वाजेपर्यंत पाकसिद्धी केली. आम्ही जेवावयास बसलो, सौ. वाढू लागली. भात खाण्यात आमचे लक्ष आहे असे पाहून काकूंनी तपकिरीची डबी बाहेर काढून तीतील चिमूटभर पूड नाकपुड्यात कोंबली. दोन पळांनी 'आक्छ' असा आवाज काढून त्यांनी जो फवारा उडविला, त्याच्यायोगे भाजी, पोळ्या आणि भात या सर्व अन्नावर उदकसिंचन झाले. अर्थात वाढलेल्या अन्नाशिवाय आणखी अन्न खाण्याची आम्हाला कोणालाच इच्छा झाली नाही आणि आम्ही अर्धपोटी उठलो.

पाकशाळा आणि भोजनशाळा वेगवेगळ्या का असाव्या याचे कारण आज मला समजले.

दुपारी आम्ही बसलो होतो तेथे येऊन काकू म्हणाल्या, ''उद्या एकादशी आहे, माहीत आहे ना?''

''आम्हाला कोणाला एकादशी नाही.''

''तुम्हाला नसली तरी मला आहे ना? मी सगळीकडे शोधून पाहिलं तर दाणे, साबुदाणे, शिंगाडे काही गावलं नाही. उद्याशाला माझ्याकरिता उलीशे दाणे,

साबुदाणे आणखी खजूर आणून ठेवा म्हणजे झालं!''

''इतके जिन्नस पुरतील का?'' मी उपरोधिक स्वरात विचारले.

उपरोध ध्यानात न आल्याची बतावणी करीत काकू म्हणाल्या, ''इतकं पुष्कळ झालं. शेरभर दूध जास्ती आणायला मी गवळ्याला सांगून ठेवलंच आहे. शिवाय मंडईतून येताना सकाळी जरासे बटाटे, उलीशी रताळी अन् चार केळी आणली म्हणजे झालं! माझी काही एकादशी नि दुप्पट खाशी अशातली गत नाही. नाहीतर आमच्यासारख्या बायका बदामपिस्ते खाऊनच एकादशी साजरी करीत असतात.''

काकूंचे एकादशी-पुराण चालू असता ओसरीवरून मोठा गलका ऐकू आला. आमच्या वसंत कुत्र्याला अंतर्गृहात प्रवेश करण्याची सक्त मनाई होती, पण काकूंचा बोका कानामागून येऊन तिखट झाल्याप्रमाणे चुलीपर्यंत मोकाट वावरत असलेला पाहून वसंताच्या अंत:करणात मत्सराने तळ दिला. बोका आपल्या मालकिणीच्या कृपाछत्राखाली वावरत असल्याने दोन दिवसपर्यंत वसंताला आपले मनोविकार दाबून ठेवावे लागले होते; परंतु बोकोबांची कुतूहलबुद्धी जागृत होऊन ते आमच्या घराची टेहळणी करण्यास बाहेर पडले होते. त्याला एकटा बघताच वसंताने त्याजवर हल्ला चढविला. वसंत आणि बोका यांचा कडाक्याचा वादविवाद सुरू झाला. त्यांची साठमारी पाहण्यास भोवताली मुले गोळा झाली. तो गोंगाट ऐकून एकादशीचा कार्यक्रम बाजूस ठेवून शरीराचा तोल सांभाळीत काकूबाई ओसरीवर धावतच गेल्या. वसंताच्या तावडीतून त्यांनी बोक्याची सुटका केली आणि त्याला कुरवाळीत त्या म्हणाल्या, ''विठ्या, बाळा, तुझा पुनर्जन्मच झाला म्हणायला हरकत नाही. काय गं बाई तरी बिचाऱ्याचे हाल झाले आहेत! मेल्या कुत्र्यानं नखांनी ओरबाडून तुझं रगत काढलं आहे!''

''कुत्र्याची नखं तीक्ष्ण नसतात असं आमच्या प्राणिशास्त्रात लिहिलं आहे.'' मोरू म्हणाला.

''प्राणिशास्त्रातली कुत्री राह्यली प्राणिशास्त्रात! कसा बाई निभाव लागायचा माझ्या विठ्याचा या घरात? पोलीस शिपाई आणखी तांगेवाले यांच्या जशा स्टेशनावर रोज मारामाऱ्या होतात, तसंच इथं तुमचं कुत्रं आणखी माझा विठ्या यांच्या होतील.''

सरतेशेवटी काकूंनी आम्हाला निर्वाणीचा संदेश दिला की, आम्ही कुत्र्याला तरी घालवून दिलं पाहिजे अथवा काकूंना तरी रजा दिली पाहिजे.

एकादशीच्या दिवशी आपल्याला बाकीच्या मंडळींचा स्वयंपाक करण्यास फुरसत नाही, असे काकूंनी स्पष्ट सांगितले. मैना आज जरा अस्वस्थ होती आणि सौ.चा रक्तदाब फारच वाढला होता. यामुळे मोरू आणि राघू यांच्या मदतीने पिठले-भात करण्याचे मी ठरविले. उपास असल्याने काकूंचे सोवळे खुंटीला

अडकून राहिलेले होते. त्या स्नानाला गेल्या असता राघूने माझ्या कानात सांगितले, "काल काकूंनी लोण्याचा गोळा डब्यात घालून तो सोवळ्याच्या गाठोड्यात लपवून ठेवलेला आम्ही पाहिला." त्यावरून काकूंचे सोवळे खुंटीवरून काढून आम्ही सोडून पाहिले. त्यात बांधून ठेवलेले आमचे बरेचसे जिन्नस काढून घेतले आणि उगाच तमाशा नको म्हणून मुकाट्याने गाठोडे तसेच परत ठेवून दिले.

आम्ही पिठलेभात खाल्ला. मेजवानीस मागे सारणारा काकूंचा उपवास संपला आणि आज बुधवार असल्याने आमच्या मुलांकरिता नाटकाचे फुकट पास आणण्याचे निमित्त करून त्या चालत्या झाल्या.

काकू जाताच मोरू-राघूंनी त्यांचा पिंजरा आणि मैनाने वाजविण्यास पेटी काढली. काकूंचा पोपट पिंजऱ्याच्या बाहेर येऊन मुलांनी दिलेल्या पेरूचा समाचार घेत होता. तोच बोकोबांची स्वारी एकदम प्रकट होऊन तिने आपली एकादशी मोडली. मुले शुक शुक करीत काठ्या घेऊन बोक्याच्या मागे लागली; परंतु त्या प्राणांतिक आक्रोश करणाऱ्या पाखराला पकडून बोका पलीकडील घराच्या कौलावर चढून गेला. थोड्याच वेळाने परत आल्यावर शून्यपंजर पाहून काकूंनी जो आकांत मांडला त्याचे वर्णन करणे कठीण आहे- "गेला गं बाई माझा राघू! माझा सोनूला काळानं ओढून नेला. आता मी त्याला कोठे पाहू? अरे माझ्या राघवा...."

आमच्या विघ्नसंतोषी शेजाऱ्या-पाजाऱ्यांना वाटले, आमचा द्वितीय पुत्र रघुनाथ कैलासवासी झाला की काय? म्हणून ते आमच्या घराकडे आले, पण राघू म्हणजे पोपट गेला असे जेव्हा त्यांना कळले तेव्हा ते परत गेले. पार्वतीकाकू तर स्पष्ट म्हणाल्या, "मग विनाकारणच आम्हाला हेलपाटा पडला!"

आपले पारणे फेडून बोकोबा परत येऊन साळसूदपणे काकूंच्या पायावर आपली पाठ घासू लागले. आपण गुन्हा केला आहे, पण त्याची तू क्षमा कर अशी जणू तो आपल्या आर्जवी चेहऱ्याने काकूंची विनवणी करीत होता, पण काकूंनी त्याला दोन-चार तडाखे दिले.

हा काकूंचा तिसरा पोपट बोक्याने गट्टस्वाहा केलेला होता व पूर्वीचे दोन्ही असेच उपासाच्या दिवशी मटकाविले होते. ही हकिकत सांगता सांगता काकूंची नजर सोवळ्याच्या गाठोड्याकडे गेली. "माझं गाठुडं लहान झालेलं दिसत आहे! कोणी काही काढून तर नाही घेतलं?" असे म्हणत त्यांनी गाठोडे काढून सोडले. "हे काय बाई! माझ्या गाठुड्यातला लोण्याचा डबा काय झाला?" त्या रागाने म्हणाल्या.

"आम्ही आमचा काढून घेतला." मैनाने उत्तर दिले. त्यासरशी काकू उसळून गेल्या. "एवढंसं मेलं लोणी ते काय अन् त्याच्याकरिता सोवळ्याला शिवणं ते काय? नेलं काकूंनी येवढंसं लोणी म्हणून त्यांची चोरासारखी तपासणी करायला

कशाला हवी? ते तरी, गुरुपूर्णिमेला खडीसाखरेबरोबर नैवेद्याला नेत होत्ये. पुण्यच लागलं असतं तुम्हाला या माझ्या चोरीनं! राम जेव्हा सत्त्व पाहायला आला, तेव्हा कबीरानं वाण्याच्या दुकानी चोरी करूनच वांदरसैन्याला मेजवानी दिली, पण तुमच्या नशिबात पुण्य पाहिजे ना?'' असा काकूंच्या तोंडाचा पट्टा चालू झाला.

''पण आमच्या नकळत कशाला घेतलंत?'' राघूने मधेच तोंड खुपसले.

''तुम्ही तरी माझं सोवळ्याचं गाठोडं माझ्या नकळत कशाला उघडून पाह्यलंत? फिटंफाट झाली.''- काकू.

त्या रात्री काकूंना नाटक मंडळीचे पास मिळाले नाहीत; परंतु सौ.ने आणि मुलांनी काकूंच्या फुकट पासावर नाटक पाहण्याचा मनोरथ इतका भक्कम बांधून ठेवला होता, की तो भग्न होऊ नये म्हणून बारा-बारा आण्यांची तिकिटे काढून मी सर्वांना नाटकास धाडले. नाटकगृहात त्यांना पोहोचविण्यास आणि तेथून परत आणण्यास मीच गेलो होतो आणि घरी निजल्यास झोप लागेल म्हणून दरम्यानचा वेळही नाटकगृहातच काढला. बाकी मी काही नाटकाचा मोठा शौकी नाही. गुरुवारी सकाळी काकूंच्या बोक्याने दुधाच्या पातेल्यात तोंड घातले आणि मोरूने त्याच्या पाठीत क्रिकेटची यष्टी जोराने घातली. आपल्या अपत्यवत विठ्याची अनुकंपनीय अवस्था पाहून काकू आमच्यावर भयंकर क्रोधायमान झाल्या. पोपट तर विठ्याने मटकावला नसून आमच्या मुलांनीच जणू स्वाहा केला, अशा बतावणीने त्यांनी आकाशपाताळ एक करून सोडले. त्यात बोक्यास बसलेला मार आणि स्वत:च्या गाठोड्याची तपासणी इत्यादी गाऱ्हाण्यांची भर पडलीच होती. त्यातून आम्ही गरीब असल्याने आमच्याकडून पगाराव्यतिरिक्त लभ्यांश मिळण्याची निराशाच झाली होती. शिवाय आमचे सोवळे-ओवळे, आमच्या मुलांचा उर्मटपणा ही त्यांस पसंत पडली नाहीत आणि झाल्या दिवसांचा पगार घेऊन त्यांनी आम्हाला कायमचा रामराम ठोकला.

काकू गेल्यावर ती डोळ्यांत पाणी आणून म्हणाली, ''सासूबाईंना बोलावलं तर नाही का त्या परत येणार? झालं-गेलं विसरून परत या म्हणावं घरी.''

मलाही मातृप्रेमाचा उमाळा आला व मामाला तार करून आईला बोलावणे पाठविले. मातृदिनावरील व्याख्याने मी ऐकली आहेत, आईच्या थोरवीवरील कविता वाचल्या आहेत, शिवाजीसारख्या मातृभक्तांच्या गोष्टी ऐकल्या आहेत आणि पुंडलिक नाटकही पाहिले आहे; परंतु मातृभक्तीचा उमाळा आजच्यासारखा मला यापूर्वी कधीच आला नव्हता. एक अडचण दहा उपदेशांपेक्षा अधिक शिक्षण देऊ शकते. घरगुती नोकर जितके अधिक दुर्मीळ होतील तसतशी मातेची थोरवी तरुण-तरुणींना अधिकाधिक पटत जाईल. वन्दे मातरम्!

◆

स्पष्टवक्तेपणाचे प्रयोग

परिचय

कोणत्याही अतिरेकाच्या डोळ्यांत घालावयाचे उत्तम अंजन म्हणजे विनोद. एखादे तत्त्व कितीही चांगले असले तरी व्यवहारात त्याचा वापर सारासार विचारानेच करावा लागतो, पण उत्साहाच्या भरात, ध्येयवादाच्या धुंदीत, व्यवहाराच्या अभावी आणि कित्येकदा अहंकाराच्या अभिनिवेशात माणसे ही साधीसुधी गोष्ट विसरून जातात! सत्यकथनासारख्या सर्वमान्य तत्त्वाच्या अतिरेकानेसुद्धा फायद्यापेक्षा अधिक तोटा होतो, हे या लेखात अनेक गमतीदार प्रसंग कल्पून लेखकाने दाखविले आहे. चिमणराव दररोजच्या व्यवहारात प्रत्येकवेळी सत्य सांगण्याची कोशीस करतो. पण त्यामुळे कुणाचाही फायदा न होता गोंधळ मात्र उडत जातो. हे सारे मोठ्या मार्मिक आणि मजेदार रीतीने दर्शविताना चिंतामणरावांची विनोदी प्रतिभा कशी पल्लवित झाली आहे, हे पाहण्याजोगे आहे. हास्यपरिपूर्ण प्रसंग व आपल्या आवडत्या तत्त्वाचा अंध अभिनिवेशाने पुरस्कार करणाऱ्या एकांगी लोकांची केलेली नाजूक थट्टा यांच्या संगमामुळे या लेखात मोठी अवीट गोडी निर्माण झाली. 'सत्याचे प्रयोग' हा बोलपट याच लेखाच्या आधारे तयार करण्यात आला.

"हल्लीच्या काळी जिकडे पाहावं तिकडे ढोंग दिसतं. धर्मात पाह्यलं तर बुवाबाजीच्या रूपाने, राजकारणात पाह्यलं तर अडगळीत पडलेल्या चरख्याच्या रूपाने, समाजातल्या व्यवहारात पाह्यलं तर नीतिबाजपणाच्या रूपाने जिकडेतिकडे ढोंग न् सोंग. हे वृद्ध लोक आमच्यासारख्या तरुण-तरुणींना एकत्र वावरताना पाहून सदान्कदा..."

व्याख्यान देणारी पस्तीस-छत्तीस वर्षांची अविवाहित स्त्री होती. विवाह झालेला नसल्याने पन्नासाव्या वर्षापर्यंतदेखील तरुणी म्हणवून घेण्याचा अबाधित हक्क तिला प्राप्त झाला होता. मी मात्र बायकोचा आणि पोराबाळांचा धनी झाल्याने

तितक्याच वयात वृद्धावस्थेला पोहोचलो होतो. शुत्-शुत्! त्या बाईचे व्याख्यान ऐकण्याचे टाकून स्वगत भाषण करायला मला कोणी सांगितले आहे?

"सदान्कदा नीतीच्या बाता सांगून दडपून टाकायला पाहत असतात. पण वृद्धांनो, तुम्ही तरुण असताना काय काय रंग केले असतील ते आम्हाला ठाऊक नाहीत असं समजू नका! तुमचं अंतरंग आम्हाला पुरतं माहीत आहे. त्यातला मत्सराग्नी आमच्या पूर्ण परिचयाचा आहे. तुमची नीती म्हणजे तो मत्सराग्नी झाकून ठेवण्याकरिता वर पसरून ठेवलेली निर्जीव राख आहे. आम्ही आपल्या भावना मनातल्या मनात चुरगाळून असे झुरणार नाही. सत्य हाच आमचा मित्र आहे. आम्ही कोणालाही आपलं मन अगदी आडपडदा न ठेवता स्पष्टपणाने सांगणार. आजच्या माझ्या तरुण श्रोत्यांसदेखील माझा असा उपदेश आहे की, तुम्ही स्पष्टवक्ते व्हा. बोलण्यात, चालण्यात, करण्यात आडपडदा ठेवू नका. कदाचित रूढीनं जखडलेले, नीतिमद्यानं झिंगलेले सनातनी बुद्रुक तुमच्यावर रागावतील; परंतु समाजाच्या चिरकालीन हिताच्या दृष्टीने पाहता स्पष्ट बोलणं, स्पष्ट लिहिणं, स्पष्ट वागणं या गोष्टी फार परिणामकारक आहेत. सगळ्याच्या आधी स्पष्ट विचार करायला मात्र शक्ती जागृत झाली पाहिजे."

व्याख्यातीचे म्हणणे मला सोळा आणे पटले. गुळगुळीत बोलण्याने आणि वागण्याने आजपर्यंत माझे कितीतरी वैयक्तिक नुकसान झालेले होते ते मला आठवले. भिडस्त स्वभावामुळे मी माझ्यामागे अनेक लफडी लावून घेतली होती. शेजारचे कुळकर्णी गावाला जात असताना त्यांचा चावरा कुत्रा महिनाभर घरात बाळगून मी सगळ्या आळीच्या शिव्या खाल्लेल्या आहेत. घरातल्या गळक्या मोऱ्या, गळके छप्पर आणि आटलेला नळ यांच्याविरुद्ध घरमालकाकडे मी कधीही स्पष्ट तक्रार केली नाही. ऑफिसातील माझी चांगली खुर्ची एस. आय. आर. अय्यरने बळकावली असतादेखील भिडस्तपणामुळे मला ती परत मिळविता आली नाही. कोणी उसने पैसे मागितल्यास स्पष्ट नकार देता न आल्याने कितीतरी नाठाळ कुळांचा सावकार बनण्याची पाळी अनेकवेळा मजवर आलेली होती.

बाईंचे व्याख्यान संपताच व्यासपीठावर चढून मी मन:पूर्वक त्यांची पाठ थोपटली. बाई कावऱ्याबावऱ्या झाल्या. पण त्यांना धीर देत मी म्हणालो, "ताई, शाबास! आज तुम्ही मला दिव्य संदेश दिला. माझ्या आयुष्याला तुम्ही नवीन वळण लावलं. याच्यापूर्वीच तुमची-आमची गाठ पडती तर..."

माझ्या कृतीचा श्रोत्यांनी विपर्यास केला. त्यांना वाटले, हा काहीतरी अतिप्रसंग करीत आहे; त्यामुळे अध्यक्ष, चिटणीस आणि स्वयंसेवक यांनी मजभोवती गराडा घालून आणि कुत्र्यांप्रमाणे भुंकून मला वेगेवेगे सभास्थान सोडण्यास लावले. मला पळवून लावून त्यांनी माझ्याच कृतीचे अनुकरण केले असले पाहिजे अशी माझी

खात्री आहे. प्रथम मी डॉ. मुंगळे यांच्या दवाखान्यात शिरलो. माझा धाकटा मेहुणा शंकर काशिनाथ किडमिडे हा क्षयाने आजारी असून, औषधोपचाराकरिता त्यास घरच्या मंडळींनी पुण्यास आणून ठेविले होते. त्यास मुंगळे डॉक्टरांचे औषध चालू असल्याने सहजच चौकशीकरिता दवाखान्यात शिरलो व शंकरच्या प्रकृतीचा विषय काढून मी विचारलं, ''काय डॉक्टर, शंकरच्या प्रकृतीबद्दल तुम्हाला कितपत आशा आहे?''

''आम्ही क्षुद्र माणसं काय करणार? कर्ताकरविता परमेश्वर आहे!'' उसासा टाकून डॉक्टर म्हणाले.

''डॉक्टर, असं गुळमुळीत बोलू नका. स्पष्टपणानं आपलं मत काय असेल ते सांगून टाका. आताच मी कुमारी तरुणीबाईंच्या व्याख्यानाला गेलो होतो. आपल्या समाजाला संदिग्ध, अर्धसत्य, आणखी पडद्याआडून नरो वा कुंजरो वा पद्धतीचं द्व्यर्थी बोलण्याची जी सवय लागली आहे तिचा त्यांनी खरपूस समाचार घेतला. तेव्हा काय ते स्पष्टपणानं सांगा.''

''बरं बुवा, स्पष्ट सांगतो. मात्र आपला धीर खचू देऊ नका.'' विडीचा झुरका घेऊन आणि मला एक विडी देत डॉक्टर म्हणाले, ''खरं सांगायचं म्हणजे शंकरच्या आयुष्याचे फारतर महिना दोन महिने आता उरले आहेत.''

माझ्या हातातील विडी गळून पडली. हातरुमालाने डोळे पुशीत मी तत्काळ उठलो. स्पष्टोक्ती चांगली असली तरी कठोर असते, अशी माझी खात्री झाली. रोज संध्याकाळी किडमिड्यांच्या बिऱ्हाडी जाताना एखादा संत्रा, काही वासाची फुले आणि एखाद्या गटारफुंक्या वर्तमानपत्राचा ताजा अंक मी विकत घेत असे. आज वासाच्या फुलांऐवजी पूजेची फुले आणि गटारफुंक्या पत्राऐवजी मुमुक्षूचा अंक मी विकत घेतला. शंकरच्या बिछान्याजवळ जाऊन बसताच त्याने खोल गेलेल्या आवाजात मला विचारले, ''आप्पा, आणलात का 'निर्लज्ज' पत्राचा ताजा अंक? आज कोणाला शिव्या दिल्या आहेत त्यात?''

''बाळ शंकर, 'निर्लज्ज' पत्र वाचण्याचं अजून तुझ्या मनात यावं यावरून स्वत:च्या परिस्थितीविषयी तू किती अजाण आहेस याची बरोबर कल्पना करता येते.'' मी गंभीर चेहरा करून म्हणालो, ''आता चारगट पत्रं वाचण्याचे तुझे दिवस राह्यले नाहीत. आज तुला वाचण्याकरिता हा 'मुमुक्षूचा' अंक आणला आहे. साधुसंतांची वचने आहेत यात. हा वाच आणि परमार्थचिंतन कर.''

शंकराच्या पायगती त्याचे वडील, माझे श्वशुर काकासाहेब सहाणेवर काहीतरी उगाळीत बसले होते. माझे बोलणे त्यांना जरा विचित्र वाटले व म्हणून ते किंचित हसत म्हणाले, ''काय हो आप्पासाहेब, आज मेव्हण्याची थट्टा करण्याचा हा नवीन मार्ग तुम्ही शोधून काढला आहे वाटतं? बरं, असो. तुम्ही ती नवीन कादंबरी

शंकरला वाचायला आणून देणार होता ना? रोज वाचून दाखवा म्हणजे त्याची करमणूक होत जाईल.''

''काकासाहेब'', वीररसप्रधान गद्य नाटकातील नायकाप्रमाणे हेल काढीत मी उद्‌गारलो, ''आता कसची कादंबरी अन् कसचं नाटक! ह्या बिचाऱ्या शंकर किडमिड्याचं आयुष्य म्हणजे शोकान्त कादंबरीच होणार आहे. याला कादंबरी वाचून दाखविण्याऐवजी गरुडपुराण किंवा महाभारतातलं स्वर्गारोहणपर्व वाचून दाखवलं तर बिचाऱ्याला परलोकात तरी त्यांचा काही उपयोग होईल!''

माझे विचार ऐकून काकासाहेब अंगावर शहारे आल्यासारखे करीत होते आणि शंकरने तर डोक्यावरून पांघरूण घेतले. हा त्यांचा ढोंगीपणा मला आवडला नाही. ते दोघे भवितव्याशी शहामृगाचा खेळ खेळत होते. या कमकुवतपणाबद्दल त्यांची कानउघडणी करण्यास मी तोंड उघडणार तोच चिनीमातीच्या पेल्यात लापशी घेऊन काकूसाहेब तेथे आल्या. हातातील पेलाबशी खाली ठेवून त्या शंकरला म्हणाल्या, ''ऊठ बाळ, थोडी खीर खा. आता तुला भूक लागू लागली आहे. नियमितपणानं औषधपाणी नि खाणंपिणं घेत गेलास तर एका महिन्याच्या आत तू खडखडीत बरा होशील; (माझ्याकडे वळून) नाही का हो आप्पासाहेब?''

हाच जर मी तरुणीबाईंचे व्याख्यान न ऐकलेला असतो तर एकदम 'होऽऽ!' असा लांबलचक हेल काढून काकूबाईंच्या बोलण्यास संमती देऊन टाकली असती. रोग्याला खोटे उत्तेजन देण्याचे पातक डोक्यावर घेतले असते; परंतु आता मी स्पष्टवक्तेपणाचे व्रत स्वीकारले होते. डॉक्टरांचे शब्द मला पक्के आठवत होते. म्हणून मी म्हणालो, ''काकू, तुमची ही आशा व्यर्थ आहे.'' माझ्या या विचित्र उत्तरामुळे काकू स्तिमित झाल्या. तिकडे काकाही हातांतले कायसे उगाळण्याचे काम बंद ठेवून आश्चर्याने पाहत राहिले होते. काकू काकुळतीस येऊन डोळ्यांत पाणी आणून म्हणाल्या, ''आप्पासाहेब, ही थट्टा करायची वेळ नव्हे, उगीच काहीतरी बोलून रोग्याला घाबरवून सोडणं चांगलं नव्हे.''

''मी तरी कुठे थट्टा करतो आहे? आताच डॉक्टर मुंगळ्यांनी सांगितले.'' असे मी बोलत असता काकासाहेबांनी अडथळा करून मला म्हटले, ''तुम्हाला कोणी हाक मारतंय वाटतं. जरा दाराशी जा पाहू.''

मी कानोसा घेतला व दरवाजापर्यंत जाऊन आलो. परंतु मला कोणीही हाक मारली नव्हती. मला बोलताना थांबविण्याची काकासाहेबांची ती क्लृप्ती असावी असे माझ्या चटकन ध्यानात आले. मी तसाच परत फिरून रोग्याच्या अंथरुणापाशी येऊन उभा राहिलो. काकासाहेबांनी विषयांतर करण्यासाठी इकडल्या तिकडल्या गप्पा मारण्याचा घाट घातला, पण मी पुण्याचा माणूस सातारच्या या साध्याभोळ्या म्हाताऱ्यास काय दाद देणार? मूळ पदावर येऊन मी म्हटले, ''आपला काय बरं

विषय चालला होता, काकासाहेब?"

"विजेचे दिवे चांगले का घासलेटचे?"

"छे! नव्हे."

"मग कुलीन स्त्रियांनी नाटकात काम करावं की नाही, हा असेल." - काकासाहेब.

"छे, हा पण नव्हे." - मी.

"मग हा आपला हा असेल- खादीनं स्वराज्य मिळेल की नाही?" - काकासाहेब.

"तो नाही हो! उगीच चाळवाचाळव कशाला करता? डॉ. मुंगळ्यांनी शंकरच्या प्रकृतीविषयी काय सांगितलं हा विषय चालला होता." नेट धरून मी म्हणालो.

"काय सांगितलं डॉक्टरनी? मला तरी कळू द्या, आप्पासाहेब, डॉक्टरनी काय सांगितलं ते!" रोग्याच्या पांघरुणातून क्षीण आवाजात शब्द उमटले. त्याला उत्तर देताना थोडीशी दु:खपूर्ण प्रस्तावना करून डॉ. मुंगळ्यांचा अभिप्राय मी स्पष्टपणे शंकरला सांगितला : "बाळ शंकर, खरं सांगायचं म्हणजे तुझ्या आयुष्याचे फारतर महिना दोन महिने आता उरले आहेत."

तो ऐकताच शंकरने 'अरे बाप रे!' असे उद्‌गार काढून डोक्यावरून पांघरूण घेतले. काकासाहेबांनी श्रीराम श्रीराम करीत शेजारच्या खुर्चीवर डोके टेकले आणि काकूबाई 'अरे माझ्या बाळा!' असे ओरडत मुलाला मिठी मारून ओक्साबोक्शी रडू लागल्या. हा अनपेक्षित प्रकार पाहून मी तेथून हळूच पाय काढला.

घरी आल्यावर कपडे काढून जेवावयास बसणार इतक्यात आमची मोलकरीण गजी तेथे आली आणि तिने मला सांगितले, "बाईचं अवषद टेबलाच्या खनांत ठिवलं आहे," हे ऐकून आईने विचारले, "कसलं ग औषध, गजा?" हा प्रश्न ऐकून गजी नुसतीच हसली; पण मी स्पष्टवक्तेपणाचे कंकण बांधले असल्याने माझ्याने राहवेना. मी म्हणालो, "अगं, ते हे कोम्..."

"व्हय व्हय, कोंड्याची भाकरी आनली आहे बाईंच्याकरता." गजाने समयसूचकपणा दाखविला.

"मग ती करायला गजा कशाला पाहिजे? मी नसती का दिली करून?" आई.

सौभाग्यवती मला काही न बोलण्याविषयी खुणा करीत होती, पण तिच्याकडे लक्ष न देता मी म्हणालो, "कोंड्याची भाकरी नव्हे, पण कोंबडीचं अंडं आहे. हिला अशक्तपणा भासायला लागल्यामुळं डॉक्टरनी रोज एक अंडं द्यायला सांगितलं आहे."

आई खूपच संतापली आणि ओरडून म्हणाली, "इश्श, हा पदार्थ अन् ब्राह्मणाच्या घरात? आम्ही काय कधी आजारी पडलो नाही का? पण आम्हाला

नाही कधी असल्या अभक्ष्य खाण्याची गरज वाटली. अशक्त होत असतील तर डिंकाचे लाडू खा, नाहीतर बदामाच्या वड्या देईन चोवीस औषधं घालून गृहवैद्यकात सांगितलेली! पण हे काय? ब्राह्मणांनी खाऊ नये ते खायचं?''

''अहो आईसाहेब, आप्पा तुमची थट्टा करत्यात जनुं! मी कशाला बामनाच्या घरात इटाळ कालवू? कोंबडीचं अंडं न्हवं पर कोंड्याचा लाडू आहे बघा!'' गजा आईचे समाधान करण्यास्तव म्हणाली.

आमचे बोलणे चालू असता कागदात गुंडाळलेले अंडे सौ.ने टेबलाच्या खणातून काढले आणि पदराखाली झाकीत ती स्वयंपाकघरात जाऊ लागली. गजाच्या उत्तरानं आईच्या भोळसट अंत:करणास वाटलेले समाधान तिच्या चर्येवर दिसू लागले होते. पण हा अज्ञानमूलक आनंद तिने उपभोगावा हे मला बरोबर वाटले नाही. मी सौ.च्या हातून ते अंडे हिसकावून घेतले आणि आईची समक्ष खात्री केली. पुन्हा आईचा क्रोधाग्नी भडकला आणि बराच वेळ तिची सरबत्ती झडली. लग्नाच्या मिरवणुकीत ब्यांडची गर्जना थांबल्यावर जशी वाजंत्र्यांची पिरपिर चालू होते त्याप्रमाणे आईची सरबत्ती बंद पडल्यावर सौ.ची पिरपिर चालू झाली. ती नुकतीच किडमिड्यांच्या घरी भावाच्या समाचाराला जाऊन आली होती आणि नुकताच तेथे मी जो हलकल्लोळ माजवून दिला होता त्याबद्दल माझी कानउघडणी करणे हा तिच्या व्याख्यानाचा विषय होता. तिचे बोलणे चालू असता माझे मित्र नथूशेठ तेथे आले व त्यांनी आजची रात्र भजनाकरिता माझी पेटी मागितली. पेटीसारखी हत्यारे कोणी दुसऱ्यास वापरायला देऊ नयेत असे माझे अनुभवसिद्ध मत भिडस्तपणामुळे मी कोणाजवळ बोलून दाखविले नव्हते. कधी भाता फुटला आहे, तर कधी सूर बिघडले आहेत किंवा अमक्या-तमक्याने गायनाच्या बैठकीकरिता उसनी नेली आहे, अशा थापा मारून मी पेटी देण्याची टाळाटाळ करीत असे. त्यामुळे पेटी देण्याचे टाळूनदेखील कोणाचा राग संपादन केला नाही.

आज मात्र माझ्या अंगात स्पष्टोक्ती संचारली होती. ''नथूशेठ,'' मी म्हणालो, ''आजपर्यंत अनेक थापा मारून तुम्हाला पेटी देण्याची मी टाळाटाळ करीत होतो.''

''अन् आज मात्र पेटी देनार असंच की नाही?'' प्रफुल्लित चेहऱ्याने नथूशेठनी विचारले.

''नव्हे, नव्हे; आजसुद्धा पेटी देणार नाही पण त्याबरोबर थापा मात्र देणार नाही. तुम्हाला एकदाच साफ सांगून टाकतो की, आज काय अन् पुढे काय- कधीही मी आपली पेटी तुम्हाला देणार नाही. मग ती दुरुस्त असो की, तिचे बारा वाजलेले असोत!''

हे माझे सडेतोड शब्द ऐकून नथूशेठचा आपल्या कानांवर विश्वास बसेना. माझ्यासारख्या भिडस्त माणसाच्या तोंडून हे निर्भीड शब्द निघणे म्हणजे केळीच्या

पानाच्या पिपाणीतून तुतारीचा निनाद बाहेर पडण्यासारखे आश्चर्य होते! मी काहीतरी नशा केली आहे अशी त्याची कल्पना झाली असावी.

याप्रमाणे माझ्या नवीन व्रताला प्रारंभ फारसा चांगला झाला नाही, पण अशी व्रते इतरांच्या समाधानाकरिता नसून स्वत:च्या मनाच्या संतोषाकरिता पाळावयाची असतात याची जाणीव ठेवल्याने मला झोप लागली.

दुसऱ्या दिवशी सकाळी मला एक लग्न जुळविण्यास जायचे होते. माझे मित्र सखारामपंत यांचा भाऊ बाळकराम याचे लग्न जमण्याचा योग होता. मुलगी अहमदनगरचे सराफ रा. शेंडे यांची होती. मुलीची पसंती झाली असून, शेवटचे बोलणे बाकी होते. ते करण्याकरिता मी सखारामपंतांबरोबर शेंड्यांच्या बिऱ्हाडी जाण्यास निघालो. बरोबर बाळकरामही होता. औपचारिक प्रश्नोत्तरे झाल्यावर शेंड्यांनी बाळकरामाच्या बौद्धिक आणि सांपत्तिक स्थितीविषयी चौकशी करण्याकरिता पहिला प्रश्न टाकला, "आपलं शिक्षण कुठपर्यंत झालं आहे?"

सखारामपंतांनी उत्तर दिले, "हे शिकलेले आहेत, पण ग्रॅज्युएट नाहीत."

या उत्तरावरून कोणाचाही ग्रह झाला असता की, बाळकरामाच्या स्वारीने विद्यापीठाची मध्यम कक्षा ओलांडली असून, ते पदवीधर होण्याचेच बाकी उरले होते; परंतु बाळकरामाने विद्यापीठाचा उंबरठादेखील ओलांडला नव्हता, अशी मला माहिती होती. जरी लग्न जुळविण्यास नवरदेवाच्या बाजूने मी गेलो होतो आणि 'उत्सवे व्यसने चैव विवाहे प्राणसंकटे' असत्य बोलले असता चालेल असा काहीसा श्लोक आहे, तरी त्यातील उपदेशाचा भंग करून सत्य बोलण्याचा मी निर्धार केला. "अहो शेंडेमहाराज, आमचे बाळकराम ग्रॅज्युएट नाहीत, इतकंच नाही तर मॅट्रिकदेखील नाहीत!" असे मी सांगितले. नवरदेव आणि त्यांचे बंधुराज यांना आपल्याच गोटातून आपल्यावर हा बॉम्ब अचानक येऊन पडेल असे वाटत नसल्याने ते एकदम थंड पडले.

"काही हरकत नाही. आजकाल ग्रॅज्युएट होऊन तरी काय मिळताहेत दगडी? परवा आमच्या नगरास पन्नास रुपयांच्या जागेवर एका फष्ट क्लास एम.ए.ची नेमणूक झाली. बरं, ते असो; घरचं तरी ठीक आहे ना?" शेंड्यांनी विचारले.

सखारामपंत- "घर आहे."

"भाड्याचं." मी वाक्याची पूर्तता केली.

पुन्हा एकदा भावांची जोडी विजेचा धक्का बसल्याप्रमाणे चमकली. शेंड्यांना किंचित हसू आले आणि त्यांनी विचारले, "बरं, परमेश्वरी नोटा असतील दहा-वीस हजारांच्या?"

सखारामपंतांनी होकार दिला, पण मी शेंड्यांचा गैरसमज न व्हावा म्हणून म्हटले, "आहेत, पण त्या यांनी आपल्या सावकारांना लिहून दिलेल्या आहेत."

शेंड्यांनी बाळकरामाच्या वयाची चौकशी केली. सखारामपंतांनी माझ्या पाठीला चिमटा घेऊन आणि बाळकरामाने डोळे वटारून मला गप्प राहण्याची खूण केली. ''तेविसावं संपून चोविसावं लागलं गेल्या फाल्गुन शुद्ध पौर्णिमेला; होय की नाही रे बाळकराम?''-सखारामपंत.

''बरोबर आहे.'' बाळकरामाने संमती दिली.

या लबाडीचा मला मनापासून राग आला. मी पंतांना रागाने विचारले, ''वाहवा, सखारामपंत! वयाची वर्षं उलट्या क्रमानं केव्हापासून फिरू लागली? उगाच मोठे डोळे करून मला दटवायला पाहू नका. याला नुकतंच सत्ताविसावं वर्ष होतं. ते आता तीन वर्षांनी कमी कसं झालं?''

रा. शेंड्यांना हा गौप्यस्फोटाचा प्रकार पाहून बरीच गंमत वाटत होती. ते म्हणाले, ''अहो, इसवी सनापूर्वी ३२७ व्या वर्षी शिकंदराने हिंदुस्थानावर स्वारी केली, आणखी तो ३२३ व्या वर्षी मेला, हे कसं झालं? अगदी इतिहासाच्या पुस्तकात छापलेलं म्यां वाचलं आहे. तसंच बाळकरामांना तीन वर्षांपूर्वी सत्ताविसावं वर्ष होतं ते आता चोविसावं झालं आहे. हा हा हा!''

आता मात्र त्या दोन भावांना मानखंडना असह्य होऊन ते उठून गेले. मीही त्यांच्या मागोमाग जाऊन त्यांस गाठले व त्यांच्याबरोबर पावले टाकण्याचा यत्न करू लागलो; परंतु मला झिडकारून टाकून सखारामपंत म्हणाले, ''जोग, तू इतका हलकट असशील असं मला वाटलं नव्हतं.''

''त्यात हलकटपणा कसला? खरं आणि स्पष्ट बोलायचं असा मी कालपासून निश्चय केला आहे. मग त्यात कोणाला भलं वाटो की बुरं वाटो; त्याची मला पर्वा नाही.'' मी धीटपणाने त्यांस उत्तर दिले.

''मग तुझ्याही मैत्रीची आम्हाला काडीइतकी पर्वा नाही.'' असे सांगून ते दोघे बंधू रस्ता फुटला तेव्हा मजपासून दूर झाले.

स्पष्टवक्तेपणास जगात फारच थोड्यांजवळ किंमत असते असे दिसून त्याबद्दल खेद करीत मी घराशी पोहोचतो तोच दाराशी तांगा उभा असून, त्यात धोतरात बांधलेली दोन गाठोडी, एक फिरकीचा तांब्या आणि सुंभाने बांधलेली घोंगडीची वळकटी इतक्या जिनसा ठेवलेल्या दिसल्या. 'कोण पाहुणे आले आहेत बुवा?' असे बोलत मी घरात शिरलो तेव्हा चौघडी पांघरलेली आईची मूर्ती माझ्या नजरेस पडली. मला पाहताच तिने सांगितले की, ज्या घरात राजरोसपणे अंडी खाल्ली जातात त्यात इत:पर आपल्याला राहावयाचे नाही आणि आपण नाशिकास त्रिंबकमामाकडे राहावयास जात आहो.

मी तिला समजुतीने सांगितले की, ज्या अंडीविक्याकडून मी अंडी घेतो तो ब्राह्मण आहे. त्याचप्रमाणे ज्यांच्या घरी अंडी खातात अशा पाच-सात ब्राह्मणांचीच

नावे तिला मी सांगितली.

"मेल्या, पण ते लोक काही ते पदार्थ आपल्या आयांच्यापुढे आणून आदळीत नसतील! एका बाजूला जाऊन खात असले तर त्यात काय दोष आहे? दृष्टिआड सृष्टी!"

"एकंदरीत तुझी हरकत काय ती राजरोसपणालाच आहे! गुप्तपणाने पाप केलं तर त्याला तू दोष देत नाहीस." मी म्हणालो.

आई संतापाने म्हणाली, "राजरोस काय कमी पापं चालली आहेत? सूनबाईची मैत्रीण ती गुलाब दिघे थेट चुलीपर्यंत येऊन वावरते, तिकडे नाही का मी कानाडोळा करीत? पण दिवसेंदिवस तुम्ही फारच वहावत चाललात! मी जात्ये निघून. आता खुशाल तुम्ही कोंबडीचीच काय, पण गोमातेचीसुद्धा अंडी खा. चल हाक रे." हे शेवटचे वाक्य टांगेवाल्यास उद्देशून होते.

आईचे आणि माझे हे पहिलेच भांडण नव्हते. सध्या घरात अडचण येण्यासारखी नसल्याने तिची घरी मला अडगळच वाटत होती. ती अनायासे माहेरी जाण्यास तयार झाली. हा माझ्या नवीन व्रताचा फायदा झाला असे मला वाटले.

आमच्या सुपरवायझरांपैकी एक मि. टर्नबुल यांची सिकंदराबादेस बदली होणार असल्याने दुपारी चार वाजता त्यांना ऑफिस स्टाफतर्फे पान-सुपारी होती. आमच्या ऑफिसातील चांगल्या वक्त्यांत माझी गणना होत होती. कारण वक्तृत्वकलेवरील एका इंग्रजी पुस्तकातून मी काही भाषणे पाठ केलेली होती. नवीन अधिकाऱ्याची नेमणूक, जुन्या अधिकाऱ्याची बदली, कारकुनांपैकी कोणास मिळालेली बढती, साहेबवर्गात झालेले अपत्यजन्म, विवाह यासारखे मंगल प्रसंग आणि मडमांचे मृत्यू यापैकी कोणताही विषय येवो, माझी जीभ शर्यतीच्या घोडीप्रमाणे वळवळत असे. आज मात्र मी रा. देशपांडे यास बजावले की, मजकडे भाषणाचे काम देऊ नका; मी स्पष्टवक्तेपणाची शपथ घेतली आहे; आज मी भाटासारखा स्तुतिपाठ करणार नाही. परंतु त्यांनी माझे न ऐकता मला बोलण्यास भाग पाडले आणि त्यामुळे पाण्यात टाकलेल्या ढेकळाप्रमाणे जिरून जाण्याची पाळी सर्वांवर आली त्यात माझा काय दोष? दोघातिघांची भाटवजा स्तुतिपूर्ण भाषणे ऐकल्यावर साहेबांच्या आणि कारकूनबांधवांच्या अत्याग्रहामुळे- अगदी ढकलूनच दिले त्यांनी म्हणा ना!- मी बोलण्यास उठलो आणि माझ्या व कारकूनबंधूंच्या मनातले विचार आडपडदा न ठेवता उघडे करून दाखविले.

"पूज्य- नव्हे माननीय अधिकारी आणि प्रिय सेवकबंधूहो," मी कडाडलो, "येथे आपण कशाकरिता जमलो आहो हे माझ्या अगोदरच्या तीन वक्त्यांनी सांगितलेच आहे. खरोखर हे सांगण्याचे काहीच कारण नाही. हेडक्लार्क रा. आयंगार यांनी आमच्यापैकी प्रत्येकाकडून जबरदस्तीने एकेक रुपया वर्गणी पगारातूनच

कापून घेतलेली असल्यामुळे आजचा प्रसंग उपस्थित झाला आहे. (हा विनोद आहे असे वाटून अधिकारी हसले व मूर्खपणा आहे असे वाटून कारकून घाबरले.) आपल्या ऑफिसचे मि. टर्नबुल हे येथून बदलून सिकंदराबादेस जात आहेत म्हणून आपल्याला झालेला आनंद व्यक्त करण्याकरिता आपण येथे जमलो आहोत-''

''आनंद नव्हे दु:ख'' मि. विलियम्स हसत म्हणाले.

"दु:ख कसले? आनंदच. ही काही माझी बोलण्याची चूक नाही. हे साहेब जाणार म्हणून आम्हाला उगाच नाही आनंद वाटत. आम्हा कारकुनांची बारीकशी चूक नजरेस येताच हे आपल्या नावाप्रमाणे शिंगे रोखून आमच्या अंगावर धावून येत. यांना सही करण्यापलीकडे काही अक्कल नसल्याने हे हेडक्लार्कच्या ओंजळीने पाणी पीत असत आणि त्यामुळे मस्त झालेला हा हेडक्लार्क आम्हा गरीब कारकुनांचा फार छळ करी! आता एवढे खरे की, आमचा आनंद अगदी शुद्ध नाही. आपण या असमर्थ, पण उद्धट साहेबांच्या तडाख्यातून सुटलो तरी बिचाऱ्या सिकंदराबादच्या कारकूनबंधूंची आपल्याला कीव यावयास नको काय? 'परदु:खं शीतलम्' म्हणतात ते खोटे नाही. या साहेबांच्या कारकिर्दीत आम्ही कसलेले नोकर कुचकामी ठरलो आणि हा सार-भातखाऊ आयंगार समर्थ ठरला. असे असूनही आम्ही हा पान-सुपारीचा देखावा करीत आहोत याचे कारण काय?'' असे विचारून मी सर्व श्रोत्यांकडे उत्तराच्या अपेक्षेने पाहू लागलो.

साहेब लोक रागाने लालबुंद आणि कारकून लोक घाबरून फिके पडले होते. सगळेजण मला खाली बसण्याची खूण करीत होते, पण स्पष्टवक्तृत्वाचे वारे प्यालेला मी थोडीच कुणाला दाद देणार? माझ्याच्याने थांबवेना. ''त्याचे कारण म्हणजे ही स्वारी सिकंदराबादहून परत पुण्यास येण्याचा संभव आहे म्हणून तिला खूश ठेवणे भाग आहे. हेच जर सेवानिवृत्त होऊन विलायतेस परत जात असते तर त्यांना पानतंबाखूची चंचीदेखील कोणी सोडून दाखविली नसती. मि. टर्नबुल यांच्यामध्ये दोनच गुण आम्हाला आवडण्यासारखे होते. ते दररोज एक तास उशिरा कचेरीत येतात आणि त्या उशिराची भरपाई करण्याकरिता एक तास लवकर परत जातात. (सौ. विलियम्स यांना ही कोटी फार आवडली आणि कोंबडीच्या कलकलाटासारखा हास्यध्वनी त्यांनी काढला.) हजर असलेल्या चार तासांपैकी तीन तास हे आरामखुर्चीवर पडून झोप घेतात. अर्थात त्यांचा जाच फक्त एकच तास आम्हाला सहन करावा लागतो. असे हे गुणी बाळ येथून जात आहे. हे सरकारचे उपकार आम्ही कधी विसरणार नाही. भाषण संपविण्यापूर्वी परमेश्वराजवळ इतकेच मागणे मागतो की, हे दयाघना, टर्नबुलसाहेबांची बदली रद्द करण्याची बुद्धी तू सरकारास देऊ नको!''

भाषण आटोपून मी टर्नबुलसाहेबांशी शेकहण्डी करण्यास त्यांच्यासमोर उभा

राहिलो; परंतु त्यांचा चेहरा फार उतरलेला दिसत होता. सर्व कारकुनांनी संगनमत करून हे मगरुरीचे भाषण उडवून दिले असावे असे त्यांना वाटत असावे असे मला वाटले. विलियम्ससाहेब खेकसले, ''याला बाहेर जाण्याची विनंती करा (किक हिम औट).'' मी स्वतःच्या अपमानामुळे एखाद्या आमदाराप्रमाणे सभेतून वॉक-औट केला व ऑफिसात माझ्या जागी जाऊन बसलो.

थोड्या वेळाने आयंगार आला व म्हणाला, ''जोग, काय गाढवासारखं भलतंच बरळलास? विलियम्ससाहेब तर 'आइल शूट डाऊन दि ॲस' (मी त्या गृहस्थावर फार रागावलो आहे) असं म्हणत होता. तो तुझा जीव घेईल; इतकंच नाही तर नोकरीतूनसुद्धा काढून टाकील! आता तू आजाऱ्याचं सोंग घे, आणखी मी वाताच्या झटक्यात बोललो अशी प्रतिपादणी कर.''

आयंगारच्या मद्रासी उपदेशाची बजावणी करण्याचा प्रसंग तत्काळ आला. कारण विलियम्स आणि टर्नबुल असे दोघेही अँग्लो-भारतीय भाषेत शिव्या देत हातात पिस्तुले घेऊन माझा शोध करीत माझ्या टेबलाकडे येत होते. त्यांना पाहताच मी अंगातला शर्ट टरकावून दिला आणि शाईची दौत आयंगारच्या अंगावर फेकून देऊन, ''आहा! मी व्हायसरॉय आहे. कमांडर-इन-चीफ आहे; बादशहा आहे. टर्नबुलला मी कर्नल करीन नाहीतर मेजर करीन. ट्रा-ला-ला'' असे बरळू लागलो. माझी स्थिती पाहताच साहेबद्वयास वाटले, मला वाताचा झटका आला आहे आणि ते सहानुभूतिपर शब्द बोलून परत निघून गेले. आयंगारचा मात्र कोट खराब झाला आणि त्याबद्दल धुलाईचे चार पैसे मला भरावे लागले!

सायंकाळी आमच्या आळीतील दासनवमी उत्सव मंडळापुढे देशभक्त धनाजीराव वाचाळ यांच्या अध्यक्षतेखाली कु. तरुणीबाईंचे 'विवाहितांच्या दुसऱ्या बायका' या विषयावर व्याख्यान होऊन नंतर श्री. वांदरलाल पोपट यांच्या नकला होणार होत्या. यंदा उत्सवाचा चिटणीस मी असल्याने सभामंडप झाडणे, सतरंजी घालणे, वक्त्यांचा परिचय करून देणे इत्यादी कामे मजकडे आलेली होती.

व्याख्यात्याबाई आल्या. त्या तर मला गुरुस्थानी होत्या. शंभर-सव्वाशे (वर्तमानपत्री भाषेत हजारावर) श्रोते जमा झाले. वेळेनंतर दहा मिनिटांनी अध्यक्षसाहेब मोटारीतून येऊन थडकले. मी अध्यक्षपदाची सूचना करण्यास उभा राहिलो व म्हणालो, ''बंधु-भगिनीहो! आज सुप्रसिद्ध स्पष्टवक्त्या तरुणीबाई यांचे 'विवाहित पुरुष आणि त्यांच्या दुसऱ्या बायका' या जिव्हाळ्याच्या विषयावर व्याख्यान होणार आहे. स्त्रियांना वक्तृत्वकलेची देणगी स्वभावतःच देऊन सरस्वतीदेवीने स्त्रीजातीविषयी आपला पक्षपात व्यक्त केला आहे. (वक्त्या- गणपतींनी मोदक खायचा खादाडपणा पुरुषांना देऊन पुरुषजातीविषयी पक्षपात दाखविला नाही का?) कालिदासानेदेखील स्त्रियांच्या ह्या गुणाला 'अशिक्षित-पाटवम्' म्हणजे अशिक्षितांची तोंडपाटीलकी

असं नाव दिलं आहे. (हशा.) याप्रसंगी देशभक्त वाचाळ यांच्यासारखे अध्यक्ष आपल्या कपाळी यावे ही शोचनीय गोष्ट होय. शालजोडीला कांबळ्याचं ठिगळ जोडावं त्याप्रमाणे तरुणीबाईंच्या फुटाण्या आणि फाटक्या व्याख्यानाला असल्या कंटाळवाण्या अध्यक्षाची प्रस्तावना जोडली जाणार आहे. (प्रचंड हशा.) मग असले रद्दड अध्यक्ष नेमलेत का? असं तुम्ही विचाराल तर माझं उत्तर इतकंच की, देशभक्तांनी आपल्या उत्सवाला सगळ्यांत जास्त मोठी वर्गणी दिली आहे; अन् मंडपाच्या मध्ये लोंबकळणारं हे सुंदर झुंबर त्यांच्याच घरचं आहे, म्हणून त्यांना हा अध्यक्षपदाचा मान निरुपायानं द्यावा लागत आहे. (माझ्या अंगरख्याच्या टोकाला झटका.) अध्यक्षपदाच्या मानाला हे मुळीच योग्य नाहीत, पण या मतलबी जगतात योग्यतेपेक्षा व्यवहाराकडे अधिक लक्ष पुरवावं लागतं, हे ध्यानात आणून आजच्या योजनेला सर्वांनी संमती द्यावी. (खूप केली सेक्रेटरीसाहेब! टाळ्या! हशा!) आता अध्यक्ष आणि व्याख्यात्या या दोघांनाही इतकीच विनंती आहे की, आज येथे बरेचसे श्रोते जमले आहेत, ते आपलं व्याख्यान ऐकायला जमले नसून, व्याख्यानानंतर श्रीयुत वांदरलाल पोपट यांच्या नकला होणार आहेत त्या ऐकायला जमले आहेत. तरी आपली चऱ्हाटं फारशी न लांबविता त्यांनी आपलं काम आटपावं.''

मी हे भाषण करीत असता व्याख्यात्यांची हसून मुरकुंडी वळत होती आणि अध्यक्ष रागाने लालबुंद होऊन माझा अंगरखा ओढीत होते असे मला नंतर कळले. अध्यक्ष माझे भाषण संपण्याच्या आतच उभे राहिले होते. ते ओरडले, ''बस बस! सेक्रेटरीमहाराज! आपला फाजीलपणा पुरे करा. हा माझा अपमान आहे. मी अध्यक्षपदाला लायक नव्हतो तर बोलावलं कशाला मला, शेण खायला?''

''आम्ही कधी आपल्याला बोलवायला गेलो होतो, दादासाहेब? उलट, तुम्हीच व्यवस्थापक मंडळाच्या मागे लागला होता की, तरुणीबाईंच्या व्याख्यानाला मला अध्यक्ष करा म्हणून!'' हे माझे शब्द ऐकून वाचाळांचे लाल तोंड निळे झाले. त्यांनी आपल्या नोकरांना बोलावून ताबडतोब झुंबर काढून घेतले आणि ते आपली सतरंजी मागू लागले. पण श्रोते कसले खमंग! ते सतरंजीवरून उठेनात. शेवटी अध्यक्ष तावातावाने आपल्या पत्नीसह सभास्थानातून निघून गेले.

तरुणीबाईंनी आपले विगताध्यक्ष भाषण पुरे केले आणि सरतेशेवटी त्या म्हणाल्या, ''माझं भाषण अगदी अप्रिय वाटलं असेल तुम्हाला. दासनवमीचा उत्सव म्हणजे एक सनातनी कुजलेल्या विचारांचं प्रदर्शन करण्याचं ठिकाण न समजता राष्ट्रात नवचैतन्य ओतण्याचा तो दिवस आहे हे आपण ओळखलं आहे असं मला वाटतं. मला आमंत्रण देऊन आपण जो गौरव केला आहे त्याबद्दल आपले आभार मानून मी आपली रजा घेत्ये. आता बोलण्याला वेळ नाही, काम करून दाखविलं पाहिजे. शब्द, शब्द, शब्द! असं हॅम्लेटमध्ये म्हटलं आहे. तशी

आपली स्थिती झाली आहे. ती कार्य, कार्य, कार्य! अशी झाली पाहिजे. असो. याहून अधिक वेळ मला घेता येत नाही, कारण रात्री दुसरीकडे व्याख्यान देऊन मला उद्या सोलापुरास व्याख्यानाकरिता जायचं आहे.''

व्याख्यातीचे आभार मानताना मी सांगितले, ''आताच बाईंनी सांगितलं की, आम्ही त्यांचा गौरव केला. तसं समजण्याचं मुळीच कारण नाही. आमच्या वर्गणीच्या रकमेत कथाकीर्तन किंवा गायन ठेवण्याची शक्ती नव्हती. व्याख्यात्याला बिदागी द्यावी लागत नाही म्हणून व्याख्यान करण्याचंच आम्ही ठरवलं. पहिल्यांदा आम्ही केळकर, पोतदार, आळतेकर वगैरे नामांकित वक्त्यांना बोलावणी केली, पण त्यापैकी सगळ्यांनी नकारघंटा वाजवल्यामुळे आजच्या व्याख्यात्यांना आम्ही बोलावलं. तेव्हा त्यांनी आमंत्रणाबद्दल आमचे आभार मानण्याचं काही कारण नाही. उलट, त्या इथं व्याख्यान देण्याला आल्या म्हणून आम्हीही त्यांचे आभार मानण्याचं कारण नाही. त्या परगावाहून इथे व्याख्यान देण्याकरिता म्हणून ज्या आल्या त्या निरनिराळ्या तीन उत्सवांतून भाडं वसूल करीत आलेल्या आहेत.''

''अगदी खोटं! अगदी खोटं!'' व्याख्यात्या रागाने उसळल्या.

''काही खोटं नाही.'' मी ठासून म्हणालो, ''आमचा उत्सव, गायकवाड वाड्यातला उत्सव अन् श्रीमती नाथीबाई दामोदरदास विठ्ठलदास ठाकरसी कन्यापाठशाळेचा उत्सव अशा तीन ठिकाणांतून आजच्या व्याख्यात्यांना अकोला ते पुणे भाडं मिळायचं आहे. तेव्हा दोन भाडी त्यांचा फायदाच होणार आहे. आता राहिले श्रोत्यांचे आभार. तेही मानण्याचं काही कारण नाही. आपण या व्याख्यानाकरिता आलेले नसून नकलांकरिता आलेले आहात. त्या आता सुरू होतील.''

बोलणे संपवून माझी पाठ फिरते तोच तरुणीबाई ''अहो सेक्रेटरी!'' असे ओरडल्या. मी त्यांच्याकडे वळून 'काय?' असे खुणेने विचारले. ''तुम्हाला काही शिष्टाचार समजतो आहे की नाही?'' असे त्यांनी मला विचारले.

''शिष्टाचाराचा काय संबंध आहे इथं, बाई? कालच तुम्ही व्याख्यानात सांगितलंत ना, की तुम्ही स्पष्टवक्ते व्हा, आपलं मन आडपडदा न ठेवता स्पष्टपणानं सांगा, असं? माझं हे स्पष्ट बोलणं ऐकून आपल्याला योग्य चेला मिळाल्याबद्दल तुम्हाला आनंदच वाटायला पाहिजे-''

''नॉनसेन्स! व्याख्यानातलं बोलणं कधी खरं धरावयाचं असतं का? व्याख्यानातल्या आज्ञा आणि जाहिरातींतील आज्ञा एका कानानं ऐकून दुसऱ्या कानानं सोडून द्यायच्या असतात. तुम्ही माझा भयंकर अपमान केला आहे आणि याबद्दल तुमची चांगलीच खोडकी जिरवण्याचा माझा विचार आहे-'' असे व्याख्यात्या तावातावाने बोलत असता त्यास मी दूध घेऊन जाण्याची विनंती केली. इतर श्रोते मंडळींनी माझ्या विचित्र वक्तृत्वाबद्दल माझी कानउघडणी करून तरुणीबाईंची माफी मागण्यास

सांगितले. माफी मागण्यापेक्षा सेक्रेटरीपदाचा राजीनामा देणे पत्करून मी संतापाने घरी आलो.

दाराशीच सौभाग्यवती संताप आणि दु:ख या विकारांनी लाल होऊन गेलेली दिसली. ''शहाणपणाची कमाल झाली आता बाई! 'काय' म्हणून काय विचारता? काल बिचाऱ्या शंकराला भलतंसलतं सांगून सोडलं. त्याची आता दातखिळी बसली आहे. लागलीच आता काकांच्या घरी जाऊन त्याला धीर द्या. आणखी काल आपण बोललो ते शुद्धीत बोललो नाही असं कबूल करा. तरच तो पोरगा हाती लागण्याचा संभव आहे.''

''शुद्धीत म्हणजे? मी काही दारूबिरू पिऊन बोललो की काय?'' असे माझे वाक्य पुरे होण्याच्या आतच तिने मला, ओढून म्हणाना का, काकांच्या बिऱ्हाडाकडे जाण्यास लावले.

त्या पोराच्या समजुतीकरिता मला खोटे बोलावे लागले की, मी बोललो त्यावेळी शुद्धीत नव्हतो आणि मला नसलेल्या व्यसनाचा आरोप स्वत:वर ओढून आणावा लागला.

आई रागावून नाशिकला गेल्यामुळे स्वयंपाकाचे काम तिच्या सुनेवरच पडले. अर्थात धाकट्या साळूला सांभाळण्याची कामगिरी अस्मादिकांवर आली. रात्री मोरूला विंचू चावला तेव्हा नथूशेठकडे औषध आणण्यास गेलो, ''औषध णाही बुवा.'' नथूशेठ म्हणाला.

''का बरं, संपलं की काय?'' मी विचारले.

''संपलं णाही; पन पष्टच सांगायचं म्हनजे, तुम्हाला कोनतीही जिण्णस द्यायची णाही असं म्या ठरवलं आहे.'' असे सडेतोड उत्तर देऊन नथूशेठनी खाडकन दार लावून घेतले.

* * *

त्यावेळेपासून स्पष्टवक्तेपणाची मला इतकी शिसारी बसली आहे, की माझ्या तोंडून चुकूनदेखील खरा शब्द येईनासा झाला आहे. स्पष्टवक्ता मनुष्य हा लुच्चा माणसापेक्षा अधिक भयावह असतो असे मला वाटू लागले आहे. हल्ली माझे संवाद कसे फिरकीदार होऊ लागले आहेत त्याचा मासला सांगतो. चि. मोरूच्या मुंजीस रा. पवार यांना आमंत्रण देण्याचे मी विसरलो. पवार जेव्हा मला भेटले तेव्हा ते मला रागावून म्हणाले, ''काय रे जोग, मुलाच्या मुंजीला मला नाही बोलावलं? विसरलास की काय आपली मैत्री?''

मी- म्हणजे? तू इथंच होतास की काय त्यावेळी? मला वाटलं, तू बाहेरगावी गेला असशील. म्हणून नाही बोलावणं पाठविलं.

पवार- तरीच; मला वाटलं, कसा विसरशील! मी इथं आहे हे तुला माहीत आहे असं मला वाटलं होतं म्हणून मी रागावलो.

मी- मला फारच वाईट वाटतं याबद्दल. तू इथं आहेस हे मला माहीत नव्हतं. ते तुला माहीत नाही हे मला माहीत नाही! इत्यादी, इत्यादी अनंतापर्यंत.

एखाद्याने पूर्वेकडील ठिकाणाचा रस्ता विचारला तर त्याला सरळ पश्चिमेकडे बोट दाखवावयाचे, अशी आता मला सवय लागलेली आहे!

◆

Printed in the USA
CPSIA information can be obtained
at www.ICGtesting.com
LVHW051322151023
761014LV00072B/1507